Pendo *la* Halineshi

Ahmed E. Ndalu

na

Hamisi Chombo

Kimetolewa mara ya kwanza mnamo 2015 na
Phoenix Publishers Ltd.
22 Kijabe Street
P.O Box 30474-00100
Nairobi, Kenya.

© Maandishi: Ahmed E. Ndalu na Hamisi Chombo, 2017
© Michoro: Phoenix Publishers Ltd., 2017

ISBN 9966 47 880 9

Kimepigwa chapa na:
Autolitho Limited
Enterprise Road,
S.L.P 73476
Nairobi, Kenya

Pendo
la
Halineshi

Ahmed E. Ndalu

na

Hamisi Chombo

 PHOENIX PUBLISHERS, NAIROBI

Yaliyomo

Utangulizi v

Uzazi na ulezi wa Fikirini 1

Kuweka kimada 11

Muflisi 26

Uwazi wa ukweli 29

Usumbufu wa bibiye 40

Nikahi ya Bi Halineshi 51

Ufanisi na ufanifu 67

Utumba wa pili 79

Tanzia 87

Utengano 93

Maziko 98

Kuweka tanga 103

Faharasa 106

Utangulizi

Mambo mengi apewayo binadamu na Mwenyezi Mungu huwa ni mtihani kwake. Mfano ni kama kupewa umaskini ambapo Maulana aweza kukutajirisha hata bila kufanya kazi kwa sababu yeye Mola ana uwezo kuwa akitaka jambo fulani liwe huliambia kuwa likawa. Ndipo nao wahenga wakanena, Mungu akitaka jambo lake katu haliingii nuhusi.

Mwenye kupewa elimu pia huwa amepewa mtihani. Naye mwenye kupewa utajiri huwa pia amepewa mtihani. Hali kadhalika, mwenye kupewa ama kunyimwa watoto huwa naye hali kadhalika amepewa mtihani. Hali huwa vilevile kwa wenye kupewa ubaya, uzuri, ulema ama hata uzima.

Sababu ya kukuelezea kuwa kila atakachopewa mwanadamu huwa ni mtihani ni hii; wewe na mwenzio mnasoma masomo yale yale. Sasa, yawezekanaje mmoja kujua na mwingine kufahamu? Napo hapo ndipo wahenga waliponena, Mungu akitaka kukupa hana pupa, hukuokotea japokuwa mfupa wa papa uliotupwa akakupa.

Mfano hali kadhalika, ni pacha wa toka nitoke. Huyu yuaweza kuwa na afya zaidi kuliko huyu ama yuaweza kumshinda kwa juhudi, jambo ambalo liliwasababishia wazee wetu kuamba, kila mpewa kilema hupawa na mwendowe. Ukweli huu pia humpunguzia makali ya fikira huyo aliyelemewa.

Hivyo basi, ndipo nikakueleza kuwa lolote utakalopewa mwanadamu huwa ni mtihani kutoka kwa Manani ili kukuangalia katika ulimwengu kuwa kitu ulichopawa utakitumiaje.

Kwa msingi huo, riwaya hii fupi imeandikwa kwa azma kuu ya kumsomesha na kumpa moyo atakayeisoma pamoja na wapendao Kiswahili wengine kuwa ulilopewa si kasoro bali ni namna ya kujipima na kujirekebisha.

Ahmed E. Ndalu
Eldoret.

Uzazi na ulezi wa Fikirini

Hapo awali ya awali kulikuwa na watu wawili, mtu na mkewe, wakikaa kwa salama na mazungumzo wakibaki vilevile vipenzi vya chanda na pete, watu waliosifika kwa utajiri wao hapo walikokaa Sumbawange ya chini. Bwana, maarufu kwa jina Bwana Sinangoa naye huyo mkewe, aliyekuwa amemwoa akijulikana kwa jina la Bi Shukurani, akiwa naye ni mwana wa watu.

Lakini ni ukweli mtupu kwamba Mwenyezi Mungu ndiye mpaji na mgawa mafungu. Wakati mwingine hukupa kwa huu na akakuzuia kwa ule. Miaka nenda miaka rudi, amewakania kuwa na kizazi chochote kile, kiwe cha kuukeni ama kuumeni. Jinsi alivyoendelea kulifanya hivi ndivyo walivyozidi, mtu na mkewe, kutokosa kumwomba huyo Mpaji kuwajalia kupata japo kitoto cha kutuma maji.

Hao wawili, mbali na kwamba imani yao ilikuwa katika uwenye enzi wa Muumba, waliamini pia kuwa aliye na subira hatakosa kula mbivu. Basi, katika jambo hilo, ilitokea kwamba hatimaye bahati yao ilisimama wima kwa wima. Haya, wa kuumeni akazaliwa. Kuona kuwa mwana kazaliwa na yu mwana kweli, wazazi hao nusura watingwe kwa furaha. Nalo jina wakamwita Fikirini.

Kwa Bwana Sinangoa, siku hiyo, hapana aliyemsikia mwenzake kwa nderemo na vifijo. Walikuwa wamealika watu wa kila sampuli, maskini kwa tajiri, mkubwa kwa mdogo. Waliandaliwa hasa vya kuhonyoa na wakaambiwa kuwa wasile kwa kujihini. Nazo bendi ziliagizwa kucheza mfululizo isipokuwa wakati mfupi wa mapumziko na wa kula. Aliyependa taarabu aliicheza hiyo na aliyeiona rumba kuwa bora zaidi naye aliegemea huko.

Kwisha sherehe hiyo, mtu na mkewe walikaa na kujikumbusha kuwa kuzaa si kazi, kazi ni kumlea mwana. Waliona kuwa jukumu lao lilikuwa kumlea mwanao kwa udi na uvumba.

Basi, Fikirini aliwahi kupendwa kutoka uchangani mwake hadi ukubwani mwake, sijui kama ni kwa kukawia kwake kufika ulimwenguni humu. Kama wanenavyo waneni kuwa kizuri chajiuza kibaya chajitembeza. Fikirini alikuwa amebahatika kuwa katika kundi la kujiuza.

Mara kwa mara, watoto wa hapo Sumbawange walifika kwa kina Fikirini kumchukua kwenda kucheza naye baada ya kupevuka kiasi cha kuruhusiwa kwenda kucheza. Hata hivyo, ilibidi waombe ruhusa kwanza ndipo wamchukue mwenzi wao huyo kwa kuwa wazazi wake hawakupenda sana mwanao awatoke machoni.

"Hichi ndicho alichotupa Mungu," angeanza kusema babake mwana, "hatujui kama kuna chengine atakachofuatisha."

"Hayo ni kweli kabisa mume wangu," angesikika Bi Shukurani akijibu, "letu sisi ni kufanya juu chini kuona kuwa huyu mwanetu anakua vilivyo."

Kwa dhana hiyo, wao walikuwa wakimruhusu kwenda kucheza na wenzake lakini pia walikuwa wakimzuia wakiona kuwa kuchezacheza huko nako kumekithiri. Ndiyo, hawangeweza kumzuilia Fikirini nyumbani kila mara kwa kuhofia mwanao kusononeka lakini sharti alelewe kwa mipaka.

Hata hivyo, kidogo Fikirini alilelewa katika hali ya kudekezwa tangu huo uchanga wake hadi kuenuka kwake kuwa mkubwa. Mavazi yake yalikuwa ya thamani na kila alipoomba kitu alifanyiwa juu chini akapewa. Katika jambo hilo, wazaziwe Fikirini hawakukumbuka hekima ya wahenga kuwa, mwana umleavyo ndivyo akuavyo, ama wimbo muwi hauongolewi mwana.

Alipofikilia mwana huyo wakati wa kubatua, nyumbani kwao kulikuja mwanamke mtu mzima aliyekuwa mchuuzi wa sahani za kaure. Bi Mkata aliziweka sahani hizo kando ya pale alipokuwa amesimama ili apate kumweleza mwenyeji wake, Bi Shukurani, alilolijia kiamboni kwake. Madhumuni ya Bi Mkata yalikuwa kujaribu kumuuzia mamake Fikirini baadhi ya bidhaa zake hizo.

Mabibi hawa wawili walipokuwa wanazungumza hivyo, kijana huyo alibatuabatua hadi zilipokuwa sahani hizo na akazitegua. Bi Mkata kutahamaki, kumbe sahani zimeteguliwa zinaanguka. Kujaribu kuzidakia wapi! Sahani zimeangulia na kualika vilio pa! pa! pa! Kuzifikia, bibi aliwahi tu vigaevigae.

Kwanza, lilimjia wazo la kukichapa hicho kitoto kabla ya kuona wazi kuwa kitoto kama hicho hakishikiki na pia labda hakikuwa na nia mbaya. Lakini alipomwona mamake mtoto anacheka na kumkanya mwanawe kwa bezo, Bi Mkata alishuku kwamba pale palikuwa na malezi ya kudckezwa.

Isitoshe, lililomhuzunisha hata zaidi Bi Mkata ni kwamba sahani za kaure hazikuwa zake bali alikuwa anafanya kumchuuzia mwenyewe. Atapata wapi hela za kununua bidhaa kama zile! Yeye kapawa tu chuuza upate kiasi chako na uniletee mimi hela zangu. Leo hii ametendwa, atapata wapi za kufisidia.

Basi, alisimama hapo kitambo kirefu huku fikira zikimvuja huku na huku. Kuona ameduwaa kwa fikra, mamake Fikirini alikata shauri amlipe maskini thamani ya sahani zote zilizovunjika. Akamlipa lakini kwa masimbulizi. Bi Mkata kuona hivyo, akawaambia kimoyomoyo, "Wahenga walishauri, 'nisimbulie na mnipe, mkata hana kinyongo.'"

Haya, kukuzwa kwake Fikirini kukawa ndio huko kwa 'mwana mpe'. Sijui kama jambo hilo lilitokea kwa kuwa wazazi hao walikuwa wameisahau neema yake Mola ama vipi. Wakati mwingine mahuluku afanikikapo huja akasahau ukata uliomsababishia neema aliyoneemekea hivi sasa.

Ama kwa kweli, kijana huyo kwa kudekezwa kwake na alivyoviizwa na wazazi wake matajiri eti kwa kuwa yu kizere, ilifikilia hadi akitaka kufanya jambo lolote analoweza analifanya tu mithili kwamba hana wazazi. Kumkanya hata kama ni la makosa hawawezi kumkanya hao wazaziwe. Walichelea kwamba mwanao asije akakasirika. Wao walikuwa hawapendi mtoto wao akasirike ama hata kuhuzunika. Walikuwa wao wamesahau kabisa hekima ya wahenga kuwa, ukicha mwana kulia mwisho utalia wewe.

Mtoto huyo alikaa wakati mrefu bila ya kutiwa kisomoni maana ilipofikilia wakati wa kufanya hivyo, wao walikaa saa baada ya saa kwa muda mrefu takriban wiki nzima eti wakiwaza na kuliwazua jambo hilo! Wao waliingiwa na ugumu nyoyoni mwao eti kwa kuwa shule iko mbali na njia ni za miguu tena za vichochoroni. Nao umande asubuhi je? Pia ni sharti wafikiriwe wenye husuna wasije wakamdhuru tunu yao. Si basi, mwanao akenda na kurudi atakuwa amechoka. Pia walichelea kuwa akimaliza kiasi cha mwezi mmoja mwanao atakuwa amefura maguu, pengine limsababishie uwele wa sampuli yake. Haya yote yakiwajaza kiwewe mtu na mkewe!

Isitoshe, wao walikuwa wamesikia fununu kuwa walimu walikuwa wakitumia mchapo pale shuleni walikonuia kumpeleka mwanao. Walichelea ya kwamba mwanao asije akakosa akaja kutiwa ufito. Kufikia wakati huo, ilikuwa ni mwiko mwanao aadhibiwe kwa ufito hata kama kakosa vipi.

Licha ya hayo, pia walifikiria kwamba mtoto wao asije akenda kuibiwa njiani na malipo ya kukomboa mateka yakaitishwa. Au mwanao asije kupotea bure bilashi. Hapana hata mmoja wao aliyebaini ukweli wa wazee wetu kuwa, mwenye kuruka tope huenda akakanyaga mavi.

Hatimaye, wazazi hao walikata shauri kuwa wasimpeleke mwanao huyo shuleni momote mle wala mahali popote palipo na mafunzo ya kuangazia mbele. Kijana huyo akaja akabakia kukaa papo hapo nyumbani, mtu na wazaziwe, alale, akiamka hata mswaki hapigi wala uso hanawi nazo nywele hazitii shanuo. Yupo tu. Naye jinsi alikuwa hapendi kufanya kazi, akilipenda hilo, kula, fanya utakavyo, kula, lala na halafu anza upya. Vivyo hivyo siku baada ya nyingine, basi. Unalitafuta lipi jingine maishani?

Hata na kuamka huko huko kukiwa ni belua maana ni afadhali kulala kuliko kusimama kwa kuwa kusimama ni kazi. Haidhuru, kwa kuwa inabidi kiumbe kuamka ataamka na fundo la moyo. Basi, akiamka tu, akimbilia jikoni kwenda kuangalia chochote pale. Akikipata ale, ende zake, akatembee. Ama akiwa hajapata mlo wowote, aanze kumshambulia yeyote aliye karibu naye kwa maneno mabaya mabaya ya kumkaripia na kumtukana. Naye wakati huu si mtu kitu. Ilitakikana awe kisomoni.

Awali ya hapo, kulikuwa na jirani yao mmoja, mtu mzima kwa jina Mzee Sharikana, akiwakanya wazaziwe Fikirini juu ya ulezi walivyokuwa wakimlea huyo mwanao kuwa haukufaa na kwamba sharti apelekwe kisomoni. Nao wakimkasirikia kimoyomoyo. Mtu hawezi kutambua ikiwa ni kweli hapa kuwa Mwenyezi Mungu anapokasirika na mchwa mjenga kichuguu humwotesha mbawa akaruka akaliwa na ndege. Sharikana akiwaambia haya kwa kuwa aliamini ukweli wa wazee wa zamani kwamba, mliyataka wenyewe, yaacheni yawatotore.

Mwisho, Fikirini alikuwa akifanya vile atakavyo kulingana na uhuru usio mipaka aliozoeshwa na wazazi wake. Hawakukosea wahenga walipose ma kuwa avunaye fumba tele alapo ni jasho lake.

Naye huyo jirani yao, Mzee Sharikana, hakuchoka kuwapa wasia wazazi hao hasa wakati huo ambao hao wazazi wamesalia majutoni. Sharikana akiwapa huo wasia kuhusu mtoto wao akiwatamkia kwamba wajihadhari na pendo za mwana kwa sababu wahenga walinena kuwa mwenye kupendwa akijua, haachi kujishauwa.

Aliongeza Sharikana kuwashauri, "Kwa hivyo, mtoto wenu mmempenda mpaka akajua lazima atawaonyesha. Nyie mlikata shauri kutompeleka mwanenu popote palipo na mafunzo ya aina yoyote. Hamkukumbuka hekima ya zama za wazee wetu kuwa kadiri unavyopanda ujue kuna kushuka. Safari ni mbele na nyuma."

Hapo napo Bwana Sinangoa alitoa kauli ya unyenyekevu kumuuliza Mzee Sharikana, "Kwa nini kusema hivyo na ndani ya ulimwengu huu kila mtu ana chaguo lake? Huthamini usemi wa wahenga wetu kwamba ni ada ya ulimwengu kuringia apendacho?" Iwapo wauamini usemi huu, basi, nyie nyote mtaniacha niyaendeshe maisha yangu na ya jamaa yangu jinsi nipendavyo!"

Mzee Sharikana alimjibu mwenzake kwa kusema, "Wakati nilikwambia kadiri tunavyopanda tujue kuna kushuka. Nalikuwa nakujulisha wewe ufahamu ya kwamba kila unavyoishi ujue kuna kufa. Ukifa wewe hivi sasa, kwa mfano, utamwachia dhiki mwanao huyu katika ulimwengu huu. Mtu asiye na elimu ulimwenguni ni kama mtu asiye na mbele wala nyuma. Hawezi kuendelea kwa kuwa yu kizani na hawezi kuangalia nyuma kwa kuwa hana nyuma. Lakini

mtoto huyu akifa yeye mbele, utakuwa na lawama mbele yake Mpaji kuwa hukuitendea aila yako haki. Hivi ndiyo sababu ya kukupigia mfano huo."

Hapo napo Bwana Sinangoa alitoa kauli yake kumwambia Mzee Sharikana, "Hapana aliye ruhusa kuniingilia mimi maana ukweli wa wahenga upo kunisitiri mimi. Kama umeusahau wewe ukweli huo, ni tayari kukukumbusheni. Wao walinena kuwa wasagao na mitambo na wasage, mimi nasaga na jiwe kuhofia nguvu zangu. Kwa hiyo, mimi siudhili moyo wangu kwa jambo nilitakalo. Niacheni nifanye nitakavyo."

Mzee Sharikana kuona hapana la kutimiza pale alimwambia Bwana Sinangoa, "Ikiwa unavyoona ni sawa haya fanya utakavyo. Lililo muhimu kwako ni kukumbuka kuwa akuambiaye huwa yuakupenda. Katika yote utakayoyapitisha, kumbuka kuwa, asofunzwa ni wazazi hufunzwa ni ulimwengu, na ulimwengu ni watu."

Kwisha usemi huo wake, Mzee Sharikana aliondoka. Naye Bwana Sinangoa na mkewe waliendelea kumpenda na kumdekeza mwanao mpaka akapevuka akafikia umri wa miaka kumi na mitano. Alipofikilia umri huo, Fikirini alizidi kufanya gogi na kujifahari akiendelea kujichagulia mwenyewe hili nataka nalo lile sipendi kwa kujua kuwa hapana upinzani wowote.

Kuweka kimada

Wakati huo nao ndio wakati ambapo alianza kuzurura mitaani. Siku moja ikifika saa tano u nusu mchana, alikwenda mpaka chini ya mgandi kiluwa. Mahali hapo alikuwa akipenda sana kwenda kuketi tangu udogoni mwake kwa sababu ya uvuli wake. Siku hiyo akifika mahali hapo, aliketi akalia sana mpaka akafanya kichefuchefu bila ya kuonwa na mtu yeyote. Mwisho, aliinua mikono kuielekeza mbiguni kama ambaye yuaomba lakini bahati mbaya ni kuwa hakujua aseme nini.

Huko kuzurura kwake huyo kijana kuliendelea vilevile na akichoka akija pale kivulini akawaza na kuwazua. Nayo siku hiyo alipofika hapo chini ya mgandi kiluwa ambapo mwenyewe akipaita maskani baridi, mahali penye mawe chini, utachagua lolote la kukalia na utakaa. Akiwa pale huwa mzoevu mno wa kuzama katika lindi la fikra, fikira za kumhuzunisha na kumliza.

Kijana huyo Fikirini alipokuwa hivyo ameiinua mikono, mara kwa ghafla akatokea Mzee Sharikana. Naye Mzee Sharikana kwa upande wake yuapita na njia zake lakini jua lilikuwa linamtafuna kiasi kuwa akaona ni afadhali aende katika kivuli cha ule mti apumue. Alipokaribia aling'arisha macho mbele pande za mti huo. Alipofika chini ya mti huo alibaini kuwa yule aliyeinua mikono alikuwa mwanawe jirani yake. Lakini vipi kainua mikono vile? Tena si kusali maana asaliye hadondokwi na chozi! Itakuwa ni upuuzi.

Kuona hali ilivyokuwa, Mzee Sharikana hakukawia akamwuliza kwa sauti ya upole na utaratibu, "Kun'nini mjukuu wangu? Mbona walia na kuomboleza kama aliyefiwa? Ni nani aliyekupiga ama umefikwa ni jambo gani uliaye peke yako hapa?"

Kijana alitamka maneno akasema, "Nimekaa nikanong'ona ndani kwa ndani. Nalia kwa majuto kujutia nafsi yangu. Nitaenda kuitia wapi roho yangu mbele ya Mungu? Mimi nimezaliwa na wazazi ambao si masikini mpaka sasa lakini kwa bahati mbaya wao wamenifanya mimi niwe maskini wa milele katika maisha ya ulimwengu wangu. Nasikitika kila ninapokaa peke yangu. Sina rafiki ambaye niwa rika langu wala sina ndugu. Kila ninapozunguka nazunguka peke yangu. Hakuna hata mtoto mmoja katika mitaa yote ninayoifahamu, si wa kike si wa kiume, ambaye hajaenda shule.

"Wengine wao wamekwenda makazini na zifikapo saa za kurudi makwao, mimi hujaribu kufuatana nao lakini wao hunikataa. Nikiuliza kisa na maana, wao hunambia kuwa hawawezi kufuatana na mtu ambaye hajui kuandika wala kusoma kilichoandikwa.

Isitoshe, wao huongeza, 'hatuwezi kufuatana na mtu ambaye hajui hata kumwomba Mungu!'

Hivyo basi, kila nifikiriavyo hayo ndipo niliapo kilio cha huzuni na masikitiko nikiwashangaa wazazi wangu ni kitu gani ambacho kiliwazuia kunipeleke shuleni ilhali wao ni matajiri? Tena, wao wenyewe, baba na mama, ni weledi. Wote walisoma na kila mtu ana elimu yake. Ni kitu gani walichonifikiria mimi mpaka wakaniasi na masomo katika ulimwengu huu tulimo? Hizo pesa zao walizonazo zitanifaa nini kama sijui kuzitumia? Basi babu, hiyo ndiyo sababu inayoniacha nilie kilio cha dhati na machungu nikifikiria wazazi wangu walivyoniacha katika lindi la kiza cha ulimwengu. Ingawa wao walifanya hivyo kwa mapenzi na huruma walivyodhania wenyewe, kwangu mimi inakuwa masikitiko makubwa. Ama kwa kweli ...."

Kuona mambo yamekithiri tena, Mzee Sharikana alimnyamazisha kijana kwa kumkatiza usemi kwa maneno, "Kijana, wahenga wamenena kuwa kilio si dawa, tena maji yakishamwagika hayazoleki."

Mzee Sharikana aliregeza pumzi kwa masikitiko huku akitikisa kichwa. Baada ya kituo kiasi alitamka, "Mimi siku hiyo ya kufanya mashauri yako wewe nilikuweko karibu. Niliwahi kumwambia babako mzazi kuwa huu si ulimwengu wa mtu kuishi bila kisomo na kutokuwa na elimu. 'Wewe waona wapenda kijana huyu na wamwonea huruma. Lakini hayo si mapenzi bali ni kudhulumu na ujue utakuwa na lawama mbele za Mwenyezi Mungu siku ya kiama.' Nilipomwambia hivyo babako aliinuka kwa hamaki akanambia kuwa haudhili moyo wake kwa jambo alitakalo. Nami kwa utu uzima wangu neno langu la mwisho nilimwambia, 'wahenga huamba, mwenzio mwambie akenda, usimwambie akirudi.'

"Nilipomwambia hayo, niliinuka nikaondoka kwa kuwa sikuona ni kwa nini babako na mamako wanipige vita ilhali ni shauri ninaloshauri. Hapo nilikata shauri nisishauri tena. Kwa hivyo, wewe kijana kulia peke yako ni sawa kwa sababu ulidhulumiwa na wazazi wako wenyewe na ama kwa kweli, mchelea mwana kulia humliza hata na huyo mwana."

Alipomwambia hivyo, kijana hapo chini ya mti alipomkuta, aliondoka kwenda nyumbani na kijana naye pia akaondoka. Alikuwa bado yualia alipofika nyumbani hiyo siku. Huku akitiririkwa na chozi, Fikirini alifunganya nguo zake huku akijiwazia lau mwema simuoni ni radhi niishi pweke. Sitaki jekejeke.

Hapo Fikirini alifunga buhusha magwanda na akatoka. Hakujulikani mahali alikokwenda wala hakuaga nyumbani kwao. Hata hivyo, alienda mtaa mwingine kulikokuwa na nyumba nyingine yao ya kupangisha. Bahati nzuri akifika akakuta chumba kimoja ki tupu hakina mpangaji na funguo alikuwa nazo akafungua akaingia ndani akaanza kuishi hapo.

Katika kuishi kwake pale, kila ikifika jioni, kijana huyo alikuwa akienda kwa wazazi wake kwenda kula chajio. Akirejea kwake chumbani huvaa nguo zake nzuri akenda kwenye magoma akirejea tena huwa ni usiku mwingi. Aliendelea vivi hivi mpaka habari za kuzurura usiku zikawafikia wazazi wake. Walipopata habari hizo walimwita kwa haraka ilivyowezekana, wakamkalisha chini, wakamwasa ili asitembee usiku.

Hapo Fikirini aliwajibu akiwaambia, "Musiniingilie na matembezi yangu mpaka dakika ya mwisho kwa kuwa matembezi hayo hayawahusu ndewe wala sikio. Kama mlikuwa haswa mwataka niwe mtu wa kuepukana na hayo mngetaka tangu hapo nami niwe kama hivyo mtakavyo. Lakini kwa bahati mbaya, hamkutaka niwe hivyo. Kwa hivyo, niacheni niwe vyovyote nitakavyo kwani jambo lisilowahusu ndewe wala masikio ninyi lawakereani?

Aliposema hivyo, kijana huyo aliondoka. Wazazi wakapigwa na mshangao mate ya vinywani yakawaangama na machozi yakawa yawalengalenga lakini ifaeni. Hapo wakaurejelea na kuuona ukweli wa msemo kuwa majuto ni mjukuu, huja kinyume.

Naye kijana alipoondoka hapo kwao, alifululiza mpaka maskani yake kwenda kubadilisha nguo akenda kujitembeza. Katika tembeatembea hizo zake akakutana na mwanamke njiani, akamwamkua kwa sauti nzuri na yule bibi akamwitikia kwa sauti nyororo. Hapo kijana akaona weu akafungua mdomo akitoa kauli ya kuuliza, "Bibiye, kwa hisani yako napenda kujua jina lako waitwaje?"

Bibi huyo alijibu akasema, "Mimi jina langu naitwa Halineshi lakini nami nakuuliza una maana gani utakae kujua jina langu ilhali na lako silijui?"

Kijana wa kiume alitamka kwa haraka akimwambia, "Mimi naitwa Fikirini na madhumuni ya kutaka kujua jina lako ni kuwa ningependa kuujenga urafiki wa kudumu baina yangu mimi na wewe ikiwa huna mume aliyekuoa ama aliyekuweka."

Bi Halineshi aliinamisha uso wake akatua macho kuangalia chini kitambo kirefu huku Fikirini zampitikia fikra aina aina. Alipoinua uso alimjibu akasema, "Nipe muda wa siku mbili au siku tatu nitakuja kujibu mahali papa hapa wakati huu huu Mola akituhuyi na mauti kwa sababu wahenga hawakukosea waliposema, ghafula ni mbaya, jimbi alikimbia ndifu."

Fikirini kwa himizo la adabu nzuri, alimkubalia bibi huyo ombi shingo upande. Alimwambia, "Kama ilikuwa ni kwa khiyari yangu na kama ningekuwa na uwezo wa kukuzuia ningalikuzuia isifike siku hiyo lakini nasikitika. Kama hivyo, nakuomba uwe ni mwenye ahadi kwa sababu wa kale hunena, ahadi ni miitaki mtu kumpa mwenziwe."

Bi Halineshi akamwambia Fikirini, "Kama nilivyotoa kauli yangu, sirudi nyuma. Mungu akipenda kutokea leo Jumamosi hadi Jumanne tutakutana papa hapa."

Haya, kila mtu akashika njia yake huku kila mmoja ana fikira mbalimbali.

Ilipofika siku hiyo ya Jumanne mwendo wa kama saa nane hivi, wakawa kila mtu amefika mahali hapo na baada ya maamkizi na kutakina hali, Bi Halineshi alimjibu Fikirini akimwambia, "Kuhusu uzungumzi wetu wa hapo awali, mimi nilikuwa nimeolewa lakini kwa bahati mbaya mume wangu alifuata njia ya marahaba na kuniachia ulezi wa watoto wawili wa kiume. Sijui wewe mwenzangu umeshaoa au bado?"

Fikirini naye akajibu, "Mimi sijaoa ingawaje wazazi wangu wamenichumbia lakini sifikirii kuoa ndoa ya kisheria hivi sasa wala kwa wakati ujao. Vilevile, sifikirii kuoa mchumba ambaye atokamana na wao."

"Je, una maana gani ukisema hivyo?" alianza Bi Halineshi. "Ni kwa nini hupendi kuoa kisheria kwa sasa na kwa wakati ujao?"

Bwana Fikirini alijibu akisema, "Kwa nini wao hawakunishauri wakinitafutia mchumba? Wahenga walinena, inuka twende ni watu waaganao."

Kwa kuwa hili kidogo lilimtia walakini Bi Halineshi alisaili, "Mbona sikuelewi mwenzangu?"

Fikirini naye aliendelea kueleza akasema, "Nina sababu zilizonizuilia. Sababu ya kwanza, mimi sina kazi wala sina basi kwa kukosa hata kibarua. Hii ni kwa sababu sikusoma wala sikushughulishwa kufundishwa kazi yoyote udogoni mwangu. Je, huyo bibi nikimwoa atakula nini, atavaa nini, tutaishi vipi nayo mali iliyopo ni ya wazee hao wangu?"

Bi Halineshi kumwona kijana huyo amenyamaza kimya alimuuliza, "Bwana, wakati ulinambia wapenda tujenge urafiki wa kudumu ulikuwa una maana gani na ukoje urafiki huo ikiwa si kuoana?"

Kijana alijibu akisema, "Madhumuni ya kutaka urafiki wa kudumu ni kwamba tuishi pamoja bila ya ndoa, bila ya kuoana kisheria."

Baada ya kufikiria hayo kwa kitambo kirefu huku amezamisha uso wake chini mawazo yakimpitia huku na kule, Bi Halineshi aliinua usowe akajibu kumwambia Fikirini, "Hivyo haiwezekani. Hii ni kwa kuwa mimi nina wazazi wangu, mimi nina ami zangu, mimi nina wajomba zangu, mimi nina kaka zangu, mimi nina soni kuishi na mwanamume nje ya ndoa. Pia ni haramu kidini na ni ukosefu kimila. Mimi binafsi nitaona fedheha watu wangu kunijua kuwa ninaishi na mwanamume ambaye hajanioa kisheria. Nikifanya hivyo ni kama kuwatukanisha watu wangu. Kwa hivi sasa, ningependa unipe nafasi niondoke kwa sababu hapa ni njiani na ni wakati mrefu tangu tulipodirikana. Kwa hivyo, ukiwa una habari zaidi utanitafuta. Kwaheri."

Alipogura bibi huyo, Fikirini alipigwa na butwaa kiasi kama cha dakika saba hajapata mawazo hata kidogo. Akili imemvurugika, awaza hawazi awazua hawazui, mpaka alipojiwa na mawazo kamili akaondoka pale polepole akaenda zake akalala. Nalo lepe lenyewe la mang'amung'amu kwa vile alivyokuwa amesawazwa na yule bibi. Awaliawali hakuwahi kulala usingizi ingawaje ulikuja kumvamia baadaye. Lakini kabla ya kuvaliwa hivyo, aliona ukweli wa ndarire kuwa, akwambiaye hana mbio huwa hajafukuza.

Alipoamka jioni, alinawa uso, akavaa nadhifu, akatoka kwa azma ya kutafuta mtoto wa kike huyo. Kwa vile ambavyo siku hiyo ilikuwa Jumamosi kulikuwa na harusi na magoma kila upande. Kwa hivyo, kijana huyo alifika kila mahali palipokuwa na sherehe akimsaka mwenzake huku akijaribu kujisahaulisha yaliyokuwa yamempata. Kwa bahati nzuri akenda akamkuta mahali palipokuwa na sherehe ya taarabu kwenye kiti ameketi. Alipomwona bibi huyo, akampungia mkono wa ishara ya kumwita. Ililazimu kumwita kwa ukweli kwamba mwiba wa samaki haumchomi mvuvi, humchoma mwenye kupara.

Bibi alipouona mkono huo umemwelekeza yeye akatoka alikokuwa amekaa akenenda mpaka nje ya sherehe wakaamkuana kwa furaha na hapo Fikirini akamwambia, "Kwa hisani yako nakuomba tafadhali kabla sijakwambia lolote unifuate mpaka nyumbani kwangu. Nina habari ndefu siwezi kukueleza hapa njiani mpaka nipate mahali pa kituo nami sioni mahali hapo pa kituo isipokuwa nyumbani kwangu."

Bibi Halineshi aliinuka kikosi kwa muda mrefu akiwaza mawazo haya na haya. Alipoinua kichwa alimwambia Bwana Fikirini, "Kama sikujiwa na neno la watu wa kale kuwa mtu hakatai wito hukataa aitiwalo nisingeenda."

Haya, wakenenda mpaka kiamboni kwa Fikirini wakaingia ndani nao ni usiku na maduka yamefungwa. Hivyo, hakuna kinywaji cha kunywiwa wala mlo wa kuliwa. Wakaanza mazungumuzo yao.

Bi Halineshi alimuuliza kwa makini sana, "Bwana Fikirini, hebu nieleze taratibu jambo haswa uliloniitia hapa nyumbani kwako ambalo ni muhimu zaidi maana, inuka twende ni watu waaganao."

Hapo Fikirini alitoa pumzi ndefu na ziliposhuka pumzi hizo akanena. "Nililokwitia hapa nyumbani kwangu ambalo ni muhimu zaidi ni penzi lilonizagaa, penzi ambalo tangu tulipoonana njiani tukazungumza ya kupwa na ya kujaa lilifanya roho yangu kututa. Sina chochote ninachokiwaza ela hukuwaza wewe tu. Hayo mawazo ya pendo lako yamenifanya kila nilitendalo halitengenei na kila niwazalo haliwaziki. Haya yananisababishia kukumbuka msemo ambao babangu huutumia mara kwa mara kuwa siudhili moyo wangu kwa jambo nitakalo."

Baada ya kituo tena, kijana huyo aliendelea, "Nilipoyawaza maneno hayo ambayo mzee wangu huniambia mara kwa mara ndipo nilipokata shauri nikutafute ili nikupe undani wangu nawe unipe ukweli wako. Kwa hivyo, mimi napenda niishi nawe, uwe wangu niwe wako. Lakini napenda tuishi nje ya ndoa kwanza kiasi cha muda fulani ili tuchunguzane tabia. Zikiwa zapatana, bila shaka tutafunga ndoa. Ama wasemaje bibiye? Kumbuka katika haya yote, hewala haigombi."

Hapo napo Bi Halineshi akatoa kauli yake akasema, "Lakini wakumbuka tulipokutana hapo awali uliniuliza habari za maisha yangu nikakueleza kama yalivyokuwa. Nilikwambia mimi niliwahi kuolewa lakini kwa bahati mbaya mume wangu akafariki akaniachia ulezi wa watoto wawili ambao ni wadogo mpaka sasa. Na wewe nilipokueleza ulinambia mimi sijawahi kuoa lakini wazazi wangu washanichumbia mchumba mtoto wa shangazi yangu. Hayo ndiyo uliyoniambia. Sasa swali ni: je, ukiwa umekata shauri kutaka kunioa, yule mchumbako utamweka wapi ama una maana ya kuwa utakuwa na wake wawili? Na kuhusu uliyoyasema juu ya kupatana tabia zetu wahenga hunena tabia ni kia cha mwili na tabia haina dawa."

Fikirini akajibu akasema, "Mimi nionavyo katika maoni yangu napenda unipe kiasi cha miezi mitatu ijayo, ukifika mwezi wa nne uniulize mambo haya. Lakini sitaki tuepukane kutoka dakika hino ya sasa kwa kuwa mazoea yana taabu tabia zikilingana."

Naye Bi Fikirini akamwambia, "Nikuonavyo katika maoni yangu, wewe huna haja ya kunioa mimi lakini una haja ya kunijua hali yangu nilivyo na jambo hilo nakukumbusha leo na nitakuja kukukumbusha tena siku za usoni Mungu akituhuyi na mauti. Usije ukanilaumu halafu kwa sababu dhamiri yako ni mbaya. Nakumbuka hadithi tukufu inayosema ukitaka kutenda jambo lizingatie mwisho wake. Ikiwa ni mwema mwisho wake lifanye na ukiwa ni mbaya mwisho wake katizika. Kwa hivyo, haya nikwambiayo ni akiba yako."

Aliendelea kunena bibi huyo baada ya kuona kuwa mwenzake hatii lake, "Mimi nimekukubalia kuhusu matakwa yako lakini ukumbuke nina wana wawili wa kiume ambao baba yao ameaga dunia. Je, utawaweka wapi ukiwa wewe wataka kuishi na mimi? Haya nakwambia wala usinionee visivyo maana wahenga hawakukosea waliposema mwenzio mwambie akenda usimwambie akirudi na kuongeza kuwa ukiambiwa ambika usije ukaishia kumbe!"

Ndipo hapo Fikirini akatamka akinena, "Nilivyojitolea kuishi nawe sina budi kwa kila ulicho nacho nikihudumie Mola akiniwezesha. Kitu kimoja ambacho nakuomba ni unistahamili sana mimi. Sina kazi kwa wakati mrefu lakini nimeamini utakula na uvae bora. Kwa hivyo, utanistahamilia tena uwe na subira kwa kuwa, ukipenda kowa huna budi upende kilicho ndani ya kowa."

Basi, watu wawili hao wakakubaliana maneno hayo na ilipofika asubuhi ya Jumapili iliyofuata Bi Halineshi alikwenda kwao. Bahati nzuri kwao ni karibu mno na hapo walipoanzia maisha. Alipowasili huko kwao, alichukua vyombo vyake vyote akavileta hapo kwa Fikirini. Alichukua vitanda na makabati akaja akavifunga na mle ndani.

Hata hivyo, mle ndani ya chumba alimoleta vyombo vyake mlikuwa mna godoro moja tu ambalo Fikirini alilalia. Godoro hilo lilikuwa halina kitanda wala mkeka. Lakini Bi Halineshi alipokuja kupamba vyombo hivyo, chumba kilikuwa kizuri sana chenye kupendeza.

Muflisi

Dhana kuwa maskini na mwanawe, tajiri na mali yake ilichangia kiasi kuhusu Bwana Sinangoa na mkewe kuwa muflisi. Wazazi hao, ambao hapo awali walikuwa na chao cha kumtendekeza mwanao, walianza kujikita sana upande wa kumlea mwana wao zaidi ya ule wa kuendelea kutafuta na kuhifadhi mali yao. Tafsiri potovu ya mithali hii hatimaye iliwabwaga.

Biashara kuu ya babake Fikirini ilikuwa kununua na kuuza ng'ombe hasa wale wa kuchinjwa. Pale kijijini pao hapakuwa na mwingine aliyefanya kazi hiyo kwa kuwa ilihitaji mtaji mkubwa. Kwa kuwa wengi pale walikuwa ni wanakijiji wa kipato cha chini, Bwana Sinangoa hakuwa na mshindani. Basi, biashara yake ilinawiri ikawa ni kitanda kupata mkeka kila siku aliyofanya biashara hiyo. Naye mkewe, Shukurani, alikuwa msusi wa kila sampuli ya teo,

maarufu sana pale kijijini kwa ujuzi wake mkubwa. Teo zake zilisifika kwa kukaa muda mrefu hasa baada ya kusirimwa kwa samadi. Kwa kuwa alikuwa stadi wa kazi hiyo, hapana aliyeshindana naye.

Sasa basi, kipato chao hao wawili kilikuwa zaidi ya mahitaji yao nao wakiwa hodari kwa hodari wa kuweka akiba. Kufikia walipojaliwa kizazi, mtu na mkewe, walikuwa na akiba kubwa ya kuweza kukaa kitako mtu asiye na fikra za kesho akala chake.

Nayo hii ni hulka ya mwanadamu. Apatapo kidogo tu, hushikwa na hali ya ridhaa ya kupita kiasi – dhana kwamba aa ninacho mimi vipi nitakuwa mhitaji. Hilo pamoja na msisimko wa kupata mwana yalikuwa mambo ambayo yalisababisha mtu na mkewe kuwa muflisi.

Takriban wakati wote wa Fikirini kukua mpaka kupevuka mali yao ilisimama hata ingawa ilikuwa ikipungua bila ya wao kulitia hilo maanani. Huko kupuuza kazi zao za awali kwa kuona ya sasa yafaa zaidi kulikuwa kujitoa kikaangoni na kujitia motoni.

Uwazi wa ukweli

Vipenzi hivi viwili viliendelea kuishi na mapenzi kiasi cha miezi sita. Ilipofika mwezi wa saba, mapenzi yao yalianza kupungua na kuingiliwa na walakini hasa kwa upande wa mume kwa sababu alikuwa ana tabia ya kulala nje ambapo hapo awali tabia hiyo alikuwa hanayo. Kila anapokuwa amelala nje na halafu aulizwe na kimada wake husema kuwa yeye kakesha kazini.

Fikirini alipoanza kukaa kinyumba na Bi Halineshi, alianza kufanya kazi na kazi hiyo alipatiwa na huyo bibi katika kampuni ya mjombake. Kampuni hiyo ilikuwa ya kununua na kuziuza ngozi. Bibi huyo alikuwa ameenda amezungumza na mjombake ili achukuliwe Fikirini awe mfanyakazi wa kudumu sio kibarua. Bahati nzuri alikubaliwa akawa ni mfanyakazi wa kampuni hiyo. Huko basi ndiko alikodai kuwa yuakesha bila ya kukumbuka kuwa njia ya mwongo ni fupi na mwongo hana hatua.

Ama kwa kweli, tangu kupanga na Bi Halineshi, Fikirini alikuwa amepunguza kuzurura usiku na pia kupunguza macho ya mangarizande. Lakini alipofika mwezi wa nane tangu waishi kwa huko kupanga alizidi kubadilisha tabia. Akawa yuala nje mpaka ikafika akiulizwa tena na mpenzi wake humjibu jawabu lolote litokalo kinywani mwake!

Mambo yalipokidhiri hivyo, Bi Halineshi aliona wazi kuwa mambo hayo hayakuwa ya bure. Lazima yalikuwa na sababu. Naye Fikirini hakukoma kutoa jawabu lisilofaa bila ya kujali kuwa nikijibu hivi labda mwenzangu atadhurika. Hapo, Bi Halineshi alimkumbusha usemi wa kale kuwa kuku akipiga wana chumoni jua ana mayai tumboni.

Siku moja, ilikuwa Jumamosi, bwana huyo hakwenda kazini nako nyumbani hakushinda bali alishinda akujuako. Akija nyumbani yu ngoto yu churuchuru. Hata mpenzi wake akaingia kimakoni kwa sababu haijatokea siku moja kumwona kwa hali hiyo aliyo au kumsikia harufumbi ila ilikuwa siku ya kwanza.

Alipoingia nyumbani siku hiyo, alitulia kiasi cha dakika tano. Halafu tena akatoka nyumbani hali ya kuwa yuwapepesuka akenda moja kwa moja hadi nyumbani kwao. Akifika akawakuta wazazi wake wapo nao walipomwona wakagutuka pia kwa hali yake alivyokuwa. Basi, aliingia nyumbani akaketi chini bila ya kuwaamkua wazee wake. Baba yake alipoona mambo ni hivyo, aliondoka kwa hamaki akaingia ndani akabakia yeye na mamake. Mamake alimuuliza ni lini alianza mambo hayo, ni kwa nini awe hivyo, anaigiza nani na kama anafuata kimakosa msemo, kiingiacho mjini si haramu?

Fikirini alimjibu mama yake kijeuri akinena, "Mambo haya leo ndiyo mara ya kwanza na mimi kuwa hivi. Mliyataka nyinyi wenyewe na huu ni mfano wangu mimi mwenyewe na wala sikuwaigiza nyinyi nao huo msemo ni wa kweli kulingana na nafsi. Mlininyima elimu ili kusudi niwe na mfano wangu ili nipatikane kuwa nimejiigiza mimi mwenyewe wala si nyinyi. Kwa hivyo, usiniulize mambo mengi sana. Mimi nenda zangu kwangu ninapoishi na kwake ambaye ana haja nami. Mmejali kutoka lini nyie ninakokaa? Ni wazi kuwa, aliye na haja ndiye aendaye maliwatoni."

Huku akiinuka kwenda zake aliongeza, "Mama, haya mliyataka wenyewe. Kwa hivyo, yaacheni yawakerekete!"

Akimaliza kusema hivyo, alitoka akenda zake nyumbani. Akifika huko ni mwendo wa kiasi cha saa moja usiku. Alipowasili alimkuta mpenzi wake amejipamba kweli kweli akiwemo katika kujipodoa sasa. Hapo Fikirini alikwenda akambusubusu huku akinena "Wasagao na mitambo na wasage, mimi nasaga na jiwe kuhofia nguvu zangu."

Kuona hivyo, Bi Halineshi alitoa neno akanena, "Karibu muhibu na wala sitoruhusu mahasada kunitenga na nimpendaye."

Hapo Fikirini aliagiza maji ya kuoga yaweko tayari, akaoga, akimaliza akawekewa chakula tayari kula. Nao wakati huo ulevi umempungua.

Walipoanza kula chajio, Bi Halineshi alimuuliza Fikirini, "Tangu tuanze kuishi mimi na wewe leo imetimia miezi mingapi, mbona mafungato tuliyoafikiana hayawi? Mbona naona ahadi hujatimiza? Hufahamu kuwa muungwana ni kitendo?"

Fikirini aliteremsha pumzi za mshangao akawa hajui ajibu lipi. Kwa hivyo, alimalizia kunena, "Aliyekamili ni Mwenyezi Mungu pekee. Hebu nikumbushe kuna jambo gani?"

Yule bibi alitamka, "Huna usilolijua bali ni jambo usilolitaka. Mpenzi wangu, wewe hukumbuki tulilozungumzia tangu mwanzo wetu tulipoanza kuishi pamoja? Ukiwa umeghafilika nakukumbusha basi. Tulipopendana na ukataka kuishi nami nilikuambia mimi naona soni kukaa kihawara nawe na nikifanya hivyo itakuwa kama nawatukanisha watu wangu wote. Nawe ukajibu kwa kauli yako ukanambia kuishi kwetu hivyo bila ya kuoana hakutachukua muda mrefu. Kwa hivyo, nisiwe na wasiwasi. Acha tuishi kwa muda mfupi tuchunguzane tabia. Uliponambia hivyo, mimi nilikubali mara moja kwa sababu ya penzi. Lakini tangu siku hiyo, mwenzangu hujawaza wala kulifikiria hili. Ndipo nilipokuliza vipi yetu ahadi? Mbona hujaitimiza? Ama ni kweli kuwa kisichokuwa moyoni na hata fikirani hakimo?"

Kuyasikia hayo, Fikirini alijibu kikakamavu akisema, "Kila jambo lenda kwa hatua. Kwa hivyo, tuchukuane kwa wema, wahenga walisema, jitihada haiondowi kudura.

Haya yote yalipokwisha, Fikirini aliaga kuwa yuaenda kutembea. Naye bibi akafunga akalala. Bwana Fikirini hakurudi mapema mpaka saa nane za usiku ndio yuaregea nyumbani. Alipokuja akabisha mlango akafunguliwa, akaingia ndani, akalala mpaka asubuhi. Kiasi cha saa mbili ndipo alipoamka.

Akitoka nje akamkuta kijana asiyemjua pale kwake. Akaamkuana naye na halafu yule kijana akamwambia kuwa alikuwa ametumwa kwake amwambie kuwa yuaitwa na babake.

Alipoambiwa hivyo, Fikirini alinyamaza kitambo halafu akamwuliza kwa sauti ya chuki kijana huyo aliyetumwa, "Kuna nini huko? Kumetokea jambo gani asubuhi hii yote aniita?"

Hapo Bi Halineshi aliinua kauli kwa sauti ya upole akamwambia, "Nenda kabla hujafanya lolote. Akuitaye ni mtu mzima. Usikatae wito bali lisikilize uliloitiwa na ulikubali ama uliasi."

Basi, Fikirini alivaa nguo zake harakaharaka akaenda mpaka kwa baba yake. Akifika baba yake na mama yake wakawa wanamsubiri kwa hamu na ghamu.

Baada ya kuwaamkua alikaa na baada ya kitambo kidogo, Bwana Sinangoa akaanza kumwambia kwa sauti ya ukali, "Juzijuzi, ulikuja hapa ukiwa umelewa na ukaja kutuonesha ukosefu wa nidhamu. Nakukomesha tangu leo sitaki kukuona wala kusikia umelewa. Tena nasikia una mwanamke ambaye ana watoto na unaishi naye kihawara. Mimi ninakukanya uepukane naye kwa sababu tulikuchumbia mtoto wa watu na tukakubaliwa kila kitu na tukatoa ilivyohitajika. Hivi sasa, wangojewa wewe uende utwae kilicho chako. Je, ukiwa una mwanamke mwingine itakuwaje?

"Ukitaka radhi zetu acha ulevi na uepukane naye huyo mwanamke. Tena, tangu sasa twakupa miezi sita ujinunulie nguo zako na kila unachohitaji kuvaa maadamu sasa una kazi. Wazee wa kale walinena kuwa utu wa mume ni kazi kuketi si kama kwenda."

Bwana Sinangoa alipomaliza uneni wake hivi, Fikirini aliinuka akawambia wazazi wake, "Nimesikia yote hayo mliyonambia. Kwaherini."

Akaondoka akenda zake kwake. Alipofika alianza kuonesha uso wa ukali. Ama kwa kweli wa kale hawakukosea waliponena, kinolewacho hupata japo kuwa kigongo.

Kuona hali ilivyokuwa, Bi Halineshi naye hakumfanyia haraka isipokuwa alimuuliza mapeni ya chakula cha saa sita. Kuulizwa hivyo, Fikirini alijibu, "Leo sina pesa."

Kusikia jawabu bibi huyo alisema, "Bwana, mimi kwa sababu nina watoto, wakija kutoka shuleni watakuwa na njaa. Niache nende kule nyumbani kwa wazazi wangu nikaangalie chochote kile."

Jawabu yake Fikirini alimwambia, "Utajua wewe mwenyewe."

Aliposikia hivyo Bi Halineshi, alikata shauri kwenda kwa wazazi wake. Akifika akaelezea shida zake na akatimiziwa hapo hapo kwa kuwa ni nani apendaye kumwona mjukuu wake akitaabika?

Hapo hapo, akafunga safari ya kurudi kwake, akapika chamcha kama kawaida, akawapakulia chakula, wakala wakarejea shuleni.

Kwisha hayo, bibi alimwita bwana yake kama yalivyokuwa mazoea yao lakini bwana alikataa katakata. Hapo Halineshi akaanza kumbembeleza mpenzi wake huku yualia mpaka akaanguka chini ya miguu ili kumramba nyayo mpenzi wake ili apate kuregesha moyo lakini Fikirini hakuyajali mabembelezo hayo. Alipomwangukia hivyo, alimsukuma kwa teke akaanguka na halafu tena yule bwana akatoka.

Yeye hakurudi tena mpaka usiku akija akamkuta uso wake umefura kwa vile alivyompiga teke na kwa kulia amekuwa akilia hana raha hata kidogo. Hata hivyo, alipoingia bibi alimfanyia kama kawaida yake anayomfanyia aingiapo nyumbani kutoka matembezini.

Kawaida hiyo ni kwamba huyu bwana akiingia huvuliwa nguo na viatu, bibi akachukua taulo mkononi, akamshika mkono bwana kwenda naye mpaka bafuni. Akianza koga bibi huwa yuandaa chakula kiwe tayari. Hivi ndivyo alivyokuwa akifanya tangu waanze kushikana. Kwa hivyo, siku hiyo ingawaje Fikirini alikuwa na hasira, bibiye hasira hizo hakuzijali bali kafanya kama kawaida yake. Isipokuwa siku hiyo bwana chakula tu ndicho hakula.

Bi Halineshi naye hakuacha kumbembeleza mpaka akapanda kitandani. Bibi naye yualia wakati huo wote ana haja ya kujua mpenzi wake ana nini. Baada ya kitambo akafikiria mpaka hadi ya kutamka bibi huyu kumwambia, "Bwana ikiwa hutaki kunambia niko tayari nile sumu, nijitie kitanzi potelea mbali. Wazee wa zamani wamenena, si haramu nzi kufa juu ya kidonda."

Hapo hapo, naye Fikirini akamwambia, "Hebu nisikilize

kwa makini. Mimi nakueleza wazi kwamba watu wa kwetu hawakutaki ingawaje naishi na wewe. Hata hivyo, pia usiwe na tamaa ya kuwa nitakuoa. Tangu sasa nakujulisha kwamba ukipata mtu ambaye yuko tayari kukuoa usikatae. Ni afadhali leo nikwambie wazi kuliko kukuficha kwa sababu wewe ni mwanamke mkuu umeona mengi.

"Wewe una watoto mimi sina na ilivyo ni kuwa wewe huzai tena. Tumbo lako lishakoma kwa uzima ulio nao. Mimi na wewe hatupendezani na tangu sasa sikusaidii kwa chochote isipokuwa kitu kimoja; sikufukuzi hapa nyumbani. Siku yoyote upendayo kuondoka unaweza kuondoka. Haya na kutajia kwa msingi ya msemo usemao kuwa, kwendako ihsani hurudi ihsani."

Alipomaliza kusema hivyo Fikirini, Bi Halineshi aliangua kilio akalia kwa kwikwi kilio cha masikitiko na huzuni. Alifanya hivyo huku akimuania mpenzi wake na kumkumbatia akimuuliza kwa sauti ya masikitiko, "Hebu nieleze nina makosa gani mpaka kufikiria hali ya kuniadhibu kama hivi? Wakati uliponitaka ulinitaka peke yako, watu wa kwenu walikuwa hawako. Pia wewe ulitaka kunioa kwa kuwa mimi nilikuwa mtu mzima. Wewe una hakika gani mimi sizai. Mpenzi wangu, nipe sababu za kunikataa lakini ikiwa ni hizo hazinitoshi. Mpenzi wangu, kupenda nikupendako kumbe pendo lako lapotea peke yake. Ewe Mola naomba unisaidie kwa mpenzi wangu na yeye umjaalie kunipenda kama nimpendavyo mimi. Kat'tu sikubali kushindwa kwa sababu sishindwi na kupika niseme nyumba ina moshi!"

Alipomaliza usemi huo, Bi Halineshi hakutamka tena bali aliinuka kitandani na kukaa chini usingizi ukawa umemparara. Naye Fikirini mara moja alishikwa na lepe la usingizi na halafu usingizi mzito ukamvaa akalala fofofo bila ya kuamka mpaka che.

Usumbufu wa bibiye

Asubuhi iliyofuata, Fikirini aliamka na akapata kawaida yake, maji ya moto yako bafuni nayo chai iko tayari. Akaoga akanywa chai akaenda zake kazini lakini hakuacha chochote cha matumizi. Nayo jioni alipofika, alifanyiwa kama ilivyokuwa kawaida yake, akaoga tena akalala kupumzika bila ya kula chakula. Kiasi kidogo akaondoka kwenda zake kutembea.

Sasa, muundo ukawa ndio huo kila siku na kwa muda mrefu. Akija nyumbani anafanyiwa kawaida yake lakini chakula hali wala halali na mkewe kitanda kimoja. Yeye Halineshi akilalia kitanda naye Fikirini akilala chini sakafuni. Mambo haya yaliendelea vivi hivi kwa kiasi cha mwezi mzima!

Siku moja baada ya kuona mambo ndio mno

yamekithiri, Bi Halineshi akamuuliza, "Bwana, kwa nini kufanya hivi?"

Mume naye akijibu akatamka, "Wasemavyo wazee wa awali ni kweli kuwa akukataae hakwambii toka, huona mamboye yamebadilika. Lakini mimi nilishakwambia kuwa waweza ukae, huwezi ondoka."

Bibi huyo kusikia hivyo alijisikitikia hata zaidi kwa kunena, "Mungu ni wa haki. Labda ikiwa nina makosa lakini ikiwa sina makosa Mungu atanilipia. Kumbuka wao hao wazee ndio walonena kuwa Mungu hasimami na dhalimu na kuongeza kuwa haki yaelea haizami."

Hata hivyo, bibi huyo hakuacha kawaida zake hata moja na kila asubuhi alikuwa akienda kwa wazazi wake kwenda kuchukua mapeni ya chakula.

Ulipoingia mwezi wa pili wa usumbufu huo, Fikirini alizua mtindo mwingine wa kwenda kutembea usiku, kama ilivyokuwa kawaida yake, lakini akija nyumbani ana mwanamke. Si basi, akimshukisha mkewe kitandani yeye akistarehe na huyo mwanamke wake aliyekuja naye. Isitoshe, akiendelea na starehe zake hadi che. Kitu kilichosikitisha hata zaidi ni kuwa, kabla hajaanza starehe zake alikuwa akienda kuutia mlango kufuli ili Bi Halineshi apate kuyasikia yale yanayofanywa na asiweze kutoka. Naye akiendelea kustahamili hivyo hivyo, afanye nini maskini!

Siku hiyo ya kwanza, Fikirini hata hakuona aibu au fedheha yoyote. Ikifika asubuhi akaenda kufungua mlango. Akamwambia kimada chake, "Haraka katutelekee maji ya kuoga utupelekee msalani na utupikie chai."

Bi Halineshi akafanya kama alivyoamriwa. Walipomaliza kuoga, walikunywa chai na halafu tena wakaondoka.

Fikirini aliendelea na mtindo wake huo huo wa kuja na mwanamke mwingine kila siku tena rangi mbalimbali. Kila akija lazima amteremshe Bi Halineshi kitandani. Bi Halineshi akazidi kuudhika tu, hana ruhusa ya kutoka wala kusema. Lililomtia hima bibi huyo nyakati hizo ni kumbukumbu kuwa Mungu yuampenda mwenye subira. Pia alikuwa akikumbuka la wahenga kuwa, subira huvuta kheri.

Yeye, bibi huyo alizidi kusubiri hata ingawa takriban vyote vilivyokuwemo nyumbani humo vilikuwa vyake. Aliona wazi ukweli wa maneno kuwa hasara humpata mwenye mabezo nami nitajikaza kisabuni japokuwa povu latoka.

Usiku mmoja Fikirini alipokuja, aliingia ndani na hawara wake. Akitaka kufunga mlango Bi Halineshi alimwambia, "Usifunge mlango. Mimi huwa wanipa tabu wakati mwingi. Nikitaka kwenda upande huwa siwezi kwa kuwa mlango umefungwa na ufunguo umeufanya mto."

Kwa kejeli Fikirini alikataa akinena, "Nishakujua, wataka kukimbia humu ndani. Kwa hivyo, siwezi kukufungulia. Ukiwa wataka kutabawali kweli tabawali humu humu tukuone."

Lakini Bi Halineshi hakuacha kumbebeleza mpenzi wake ili kusudi apewe funguo lakini Fikirini alikataa katakata. Kwa hivyo, Bi Halineshi alikata shauri kufanya fujo mpaka akenda kuchukua funguo chini ya godoro, akafungua mlango akenda haja. Akirudi Fikirini aliuchukua funguo huo na kufunga tena mlango. Kwisha, alianza kumpiga Bi Halineshi. Alimpiga sana na kwa kitambo kirefu mpaka akazirai. Alipozirai alimtia maji baridi na aliporegesha fahamu akamwambia, "Haya lala sasa ulilokuwa ukitaka ni hilo."

Basi Bi Halineshi alilala hivyo hivyo tu akinung'unika kwa kwikwi akijisemea, "Hakuna kwea na kwea tunavyopanda pia kuna na kushuka."

Pamoja na uneni huo, Bi Halineshi alilala pale ukumbini mpaka asubuhi hali ya kuwa mlango umefungwa hivyo hivyo. Akiamka bado mlango umefungwa, akaanza kugonga kwa nguvu lakini hakufunguliwa. Hatimaye, Fikirini alikuja kumchungulia kwa tundu ya mlango.

Alipoona kuwa ni kimada wake alipaaza sauti akamwambia, "Kama ulivyonikosea adabu jana, leo nitakutia adabu. Utabakia hapo hapo chini ya mlango."

Lakini kulipopambazuka sawasawa, alimfungulia mlango lakini badala ya kumruhusu Bi Halineshi kuingia yeye alitoka nje na kumwamrisha ateleke maji na apike chakula. Naye alifanya kama alivyoambiwa.

Nayo asubuhi hiyo ilikuwa Jumapili na bwana haendi kazini. Kwa hivyo, baada ya kuoga na kunywa chai, alimsafirisha huyo hawara wake. Aliporudi nyumbani alimpata Bi Halineshi yualia sana.

Hapo Fikirini aliinua sauti akamwambia, "Wewe bibiye utalia hadi ulie machozi ya damu lakini hivyo nilivyokwambia ni hivyo hivyo. Sikutaki wala sikupendi wala usiwe na tamaa ya kuolewa hapa. Kilio si dawa. Hembwe nambia, ni nani atakae kumwoa mtu mzima kama wewe usiyezaa? Huna hata sura na ni afadhali uondoke uniondolee udhia. Mimi naona aibu kuishi na wewe. Barobaro wenzangu wakija niwaoneshe nini? Mimi kukupata wewe ni kama ajali ambayo wa kale waliizungumzia na kunena kuwa ajali haina kinga."

Baada ya kumalizika usemi huo, Bi Halineshi aliondoka na akaenda na kilio chake mpaka kwa wazazi wake bwana huyo. Alipofika alikaribishwa na kilio chake.

Bwana Sinangoa akamwuliza, "Enhe, una nini na watokapi? Mbona umekuja hapa?"

Hapo Bi Halineshi alizidi kilio, akilia huku akijibu, "Muoneni Manani msinione mimi. Nimekuja hapa kwenu kutaka msaada na msaada wenyewe ni wa mambo yanayohusu mwanenu. Mimi nilipendana na mwanenu huyo Fikirini siku nyingi na tukaahidiana kwamba atanioa. Tangu siku aliyoniahidi mpaka hivi sasa hajakata shauri kamwe. Yuanambia kuwa hawezi kunioa kwa sababu mimi ni mke mkuu na sizai na yuanionesha unyonge kwa kuniletea nyumbani wanawake, huyu na huyu na kila rangi. Kila nikimwambia habari hiyo yuwaninyanyasa, akanipiga na kunifukuza. Kwa hivyo, nakuombeni wazazi wa mwenzangu mnifanyie msaada wa kumwambia kwa neno anioe."

Kusikia hivyo, wazazi hao walimtazama bibiye huyo kwa stihizai na kumwangulia kicheko cha inda. Wakamcheka sana.

Mwishowe Shukurani alitamka akasema, "Wafikiria mtoto wetu aweza kukuoa wewe mtu mzima uliyekomaa na ulimwengu? Nenda kamtafute mume, mama, na uolewe huko lakini ikiwa ni mwanetu hawezi kukuoa wewe. Yeye ana mchumba wake."

Hapo Bi Halineshi alizidi kuangua kilio, akilia huku yuasema, "Nimekuja huku ili kutafuta wokozi lakini nimepata ufyosi. Mola wangu nifanye nini mja wako dhalili! Nimekuwa hali yangu ni ya mkunga nikijikuna natoka unga. Kumbukeni nyie kuwa, chombo kizima huzama na kiovu huelea. Mimi maskini nakimbia kufiwako nenda kuliwako nyama. Ama kweli! Huku ndiko kuruka tope ukakanyaga mavi."

Maneno hayo bibi huyo alikuwa akiyazumgumza peke yake kwani Bwana Sinangoa na mkewe walikuwa tayari wamempuuza. Alipogundua hivyo, kuwa kilio chake si dawa na mashtaka yake hayafui dafu kwa wazazi wawili aliinuka akaaga kurudi katika maskani yake.

Katika huko kuaga kwake aliwaambia, "Kwaherini lakini kumbukeni kuwa twendeni tu na mwisho wa hayo mtakuja nikumbuka kwani, mja akiteswa hafanyi machungu, huinua mikono akashukuru Mungu. Vilevile, tieni maanani walinena wazee wenzenu kuwa mwenzio akikunguwaa mwambie pole. Usimuulize ulikuwa watazama wapi kwani mwanadamu heshi kuumbwa."

Kumaliza hivyo, Bi Halineshi aliondoka kurudi kiamboni kwake. Akifika, kwa bahati mbaya, nyumbani hakuna chochote ikimbidi ende kwao kutafuta msaada wa mapema.

Alipowasili, mamake, Bi Wema, alimaka kimako cha kuduwalisha. Bibi anamakia nini? Anamaka hivi kwa kuona uso wa mwanawe namna ulivyofura. Anamaka hivi kwa kuona mwili wa mwanawe namna alivyokonda. Anamaka hivi kwa namna mwanawe alivyopwelewa na sauti kwa kulia. Hivyo sivyo alivyomwacha mwanawe tangu juzi na jana.

Baada ya kimako hicho ndipo Bi Wema alipomwuliza mwanawe kwa sauti ya huzuni, "Haya nieleze kumeingiani?"

Binti huyo alimwambia mamake, "Hapana la ajabu mama. Amani ya mtu ndiyo inayomchongea. Mimi huno uso usingelifura, umefurishwa na mapenzi yangu mama. Mimi nampenda sana yule bwana ninaeishi naye, yaani Bwana Fikirini. Lakini bahati mbaya yeye hanipendi mpaka amekuwa yuaniletea wanawake ndani ya nyumba. Akifika hivyo nyumbani huniteremsha kitandani ili alale na huyo hawara hali ya kuwa namwangalia. Hilo pia sikulifanya kubwa. Mapenzi bado yako pale pale kwa ahadi yake kwamba atanioa. Hivi sasa, hata hivyo, amekata shauri kuwa hanioi tena. Leo imefikilia kiasi cha miezi mitatu yuanifukuza ingawaje sisemi kila nikija kufuata mapeni. Na hivi leo amenionesha unyonge zaidi ndio nikakata kauli nende kwa wazazi wake ili kuwashtakia. Kumbe! Mbio zangu hazikufua dafu mama."

Hapo Bi Halineshi alitua kidogo na halafu tena akaendelea, "Nikifika nikiwaelezea kamwe walianza kunicheka. Mwisho walitamka neno wakasema, 'Mwanetu hawezi kumuoa mtu mzima kama wewe ambaye ashakwisha hedhi na ashamaliza ushango wake, hazai wala hafai."

"Waliponiambia hivyo ndipo nilipozidi kuona uchungu kwamba nimepoteza wakati wangu bure bilashi. Hivyo ndivyo sababu iliyoniacha nilie mpaka ikafikilia hali kama hii ya kupwelewa. Ama wa kale hawakukosea walipotuusia kuwa mti hutongewa ni tundaze."

Mamake aliyekuwa akisikiliza kwa makini aliinua kauli akanena, "Nakusikitikia sana mwanangu lakini wahenga hawakukosea waliposema kuwa mkataa pema pawi humwita na mkataa pawi pema humwita. Lililo muhimu hapa ni kuwa usijizamishe sana katika mahangaiko ya moyo kwa sababu kila jambo lapelekwa na majaliwa."

Naye mama huyo kufika hapo alitia tua na halafu tena akampa moyo mwanawe, "Kwa hivyo, mwanangu, labda hukujaliwa. Mimi mamako nakusihi uwe na subira na kukumbuka ya kuwa heri ni apendaye Mungu."

Alipomaliza maneno hayo kumwambia mwanawe, Bi Wema aliingia ndani kwenda kumchukulia mapeni huyo mwanawe kwa maana alijua kwamba hakuwa na kitu. Huko kuja pale huyo mwanawe kuleta kilio chake ni kama walivyonena wazee wetu wa zamani kuwa ilikuwa ni kidau nipeleke Pemba, Pemba nina haja nako.

Akirudi pale Bi Wema alimpa mapeni hayo na akamwambia, "Ewe mwanangu, ukiwa waona taabu ama una dhiki huko uliko, chukua wanawo urudi hapa nyumbani. Sisi hatujashindwa kukukimu wewe na watoto wako. Kwa hivyo, wakati wowote waweza kurudi kwa wazazi wako."

"Si mimi, mama, ni moyo ndio unaonichongea," alisema Bi Halineshi. "Yupo mshairi mmoja asema, Mahaba kugura moyoni ni kazi. Limaizi hilo mama. Mapenzi yaweza kukukera kwa miaka na mikaka. Mambo ya busara kama hayo uniambiayo mama huba haziwezi."

Kwa kurudisha pumzi za kwikwi, Bi Halineshi aliondoka na kuanza kurudi mashakani kwake.

Kuondoka tu, naye babake, Mzee Subira akafika kutoka kondeni. Kumwangalia mkewe, akamwona ana hali ya kuhuzunika. Baada ya kunawa na kupumzika kidogo ndipo alimuuliza mkewe mwanao alikuwa na nini. Hapo alielezwa yote yaliyokuwa yamejiri kati ya mwanawe na mkwewe. Ingawa alinyamaa tu baada ya kuambiwa hayo, moyoni alimsikitikia mno mwanawe.

Nikahi ya Bi Halineshi

Bi Halineshi alipokuwa amefika karibu na maskani yake, alikutana na bwana mwingine mmoja ambaye alikuwa akifahamiana naye kwa mbali. Bwana huyo alikuwa sasa ni miaka mingi sana hawajadirikana hata njiani. Walipotazamana mara ya kwanza kila mtu alikuwa hamfahamu mwenziwe. Ilikuwa ni kuangaliana kwa macho ya kufananisha tu. Lakini walipokaribiana na kuamkuana walikumbukana kwa mbali. Hata hivyo, walitakana habari na hali za maisha.

Kwisha hayo yule bwana alinena akauliza "Wewe kama ambaye ni Bi Halineshi. Ni sura ama nimepotea ama si wewe?"

Naye Bi Halineshi akajibu, "Ni mimi. Lakini mbona wewe wanifahamu vizuri nami sikufahamu? Au labda nimekusahau maana kila nikikuweka ndani ya fikira hukai wala nikikutia ndani ya akili huingii. Kwa hivyo, nimeshindwa kukumaizi. Wewe mwenzangu ni nani?"

Yule bwana akatamka akisema, "Mimi jina langu naitwa Sineno naye babangu akijulikana kwa jina la Siwazuri naye mamangu aitwa Forodoya. Mimi nilizaliwa papa hapa na nikakulia papa hapa pia. Isitoshe, nilisomea papa hapa nikimaliza shule. Wewe ujavunda ungo nami wakati huo nikiwa barobaro nishaanza kubaleghe. Kwa bahati nzuri nikimaliza shule nikishika kazi."

Bi Halineshi kwa adabu alinena, "Hongera bwana. Hivyo ndivyo ilivyo kwa sababu wazee wetu wa kale walipiga ndipo waliponena kuwa bahati ya mtu haili mtu mwingine."

Bwana Sineno naye baada ya kupokea hongera hiyo aliendelea hivi, "Kazi niloshika ni kazi ya kwetu nyumbani ya kuchukua mali nje kuleta hapa. Nimefanya kazi kwa muda mrefu sana na hata sasa naendelea na kazi hiyo hiyo."

Akitaka kuendelea na mazungumzo zaidi lakini Bi Halineshi alimwomba radhi Sineno akimwambia, "Nayapenda sana mazungumzo yako lakini nasikitika hapa nilipo nina mapeni ya chakula cha watoto. Nataka nende sokoni nikawanunulie chochote nije niwapikie wakitoka shule wapate nimeandaa chakula. Kwa hivyo, ukiwa una nafasi tupange wakati mwingine wa leo au kesho, Mungu akipenda, tuzungumze zaidi."

Bwana Sineno alikubali lakini akamuuliza, "Je, tutakutana wapi?"

Bi Halineshi alijibu akisema, "Wewe usihofu wala usijali chagua tu mahali pazuri na wakati wenye kufaa kwa sababu mimi ni bendera nafuata upepo."

Hapo Sineno akasema kumwambia Bi Halineshi, "Napenda kesho tukutane saa tatu pale mtaani Jitahadharini. Pana nyumba moja ambayo haijaingia mtu lakini ni yangu. Ilikuwa nina haja ya kuipangisha lakini bado sijakata shauri. Kwa hivyo, chukua ufunguo huu na ukifika wewe mbele fungua uningojee ndani. Ama nikikutangulia mimi nitakungoja ndani. Wala usikose kufika. Kwaheri."

Bibi huyo alipofika nyumbani alikuwa ashapita na sokoni kabisa kununua chakula chake cha kupika. Hapo akaanza kujishugulisha na kupika ili watoto wakija saa sita wakale kama kawaida yao wakirudi shuleni. Vilevile, hapo akamwandalia Fikirini chakula ili naye ale.

Siku hiyo bwana huyo hakuwa ameenda kazini maana yuko likizoni. Kwa hiyo, aliondoka kwenda kutembea na akirudi ni usiku mwingi na akaja na mwanamke mwingine siye yule aliyemsafirisha asubuhi. Akaja akafanya kama kawaida yake bila ya ukinzani wala kujali.

Keshoye, Bi Halineshi akafanya kama anavyokuwa akiwafanyia kila mara. Haraka haraka wakanywa chai maana ni siku ya kazi na akimbilia kazini. Waliondoka yeye na hawara wake wakenda wakaachana mbele ya safari. Mwanamke akenda zake na Fikirini akenda zake.

Baada ya kutayarisha nyumba, huko nyuma, Bi Halineshi naye aliondoka kwenda kukutana na Bwana Sineno. Yeye alifika mbele akafungua mlango akaingia ndani. Kitambo kidogo naye mwenyewe Bwana Sineno akaingia na baada ya maamkizi ya heshima sana walikaa kila mmoja sehemu yake."

"Bi Halineshi," Bwana Sineno alianza kuzungumza, "kitu ninachopenda kwanza ni kutaka kujua kama una mume ama huna kwa sababu nifahamuvyo mume wako wa kwanza kwa bahati mbaya alikwishafuata njia ya marahaba kwa ajali ya barabarani. Sasa sijui kutoka siku hiyo mpaka leo uliwahi kuolewa ama vipi?"

Bibi alijibu akisema, "Kutoka siku hizo mpaka sasa sijawahi kuolewa imekuwa bahati yangu ni mbaya kama kiwingu cha mvua. Siku hizo zote nimeishi peke yangu mpaka hizi nta za siku nimeanza kuishi na mtu ambaye hana nia ya kunioa. Ama kwa kweli usemi usemao kuwa bahati hwenda kwa wawi wema wakalia ngoa ni wa kweli tupu."

Hapo napo Bwana Sineno alimuuliza kusema, "Bibiye, wewe unajuaje kuwa hana niya ya kukuoa? Kama hana niya ya kukuoa angekubali kuishi nawe? Nakwambia hili kwa kuwa tumbaku baya hujulikana kutokea koo."

Bi Halineshi akamwambia, "Naomba utulie unisikilize

bwana nikwambie ukweli ulivyo. Bwana huyo tangu hapo alikuwa na nia ya kunioa lakini hivi sasa nia yake imebadilika na wazee wake pia walimkataza asinioe mimi. Juzijuzi nilikwenda mpaka kwao nikenda niwaambie wazungumuze naye ili apate kunioa lakini waliniambia wao kuwa mwana wao hawezi kunioa mimi. Mimi ni mtu nisiyezaa na nina wana wangu wawili. Mwanetu hana mtoto hata mmoja."

"Waliponambia hivyo, nilijua kuwa hawataki niolewe na huyo mwanao. Ndipo nilipokata tamaa. Na yeye mwenyewe pia kulingana na maneno yake pamoja na vitendo anavyonifanyia, yuaonesha waziwazi kuwa hanitaki."

Bwana Sineno hapo aliuliza tena, "Kwani yuakufanyia lipi kubwa mno?"

Bi Halineshi akajibu akanena, "Kwanza kanitamkia mwenyewe kuwa hanitaki kwake. Si basi, kubwa mno analonitendea ni kuniletea wanawake ndani ya chumba, tena kila siku. Yeye huwabadilisha wanawake kama mtu anavyobadilisha nguo. Kila akija na hawara zake akiingia ndani hufunga mlango kwa ndani nami akaniteremsha kitandani nilale chini ili nipate kuwasikia vitendo vyao. Isitoshe, hapo awali alikuwa akinikimu kwa hela za chakula lakini siku hizi hanipi hata ndururu. Nimestahamili lakini sasa nimechoka kwani wahenga hawakukosea kwa kunena kuwa moyo ni moyo wa vyema, maskini na mwanawe tajiri na mali yake."

Hapo Bi Halineshi alitua kitambo kiasi na halafu tena akaendelea, "Kwa hivyo, hizo ni dalili za kuonyesha hana haja nami. Vilevile, wahenga wananihimiza kuwa bahati ikijitenga fanya haraka kujua usije ukabananga ukapawa la kupawa."

Kwa muda mambo haya yalimnyamazisha nyamaa Bwana Sineno. Bila shaka muda huo wote akiustaajabia ukatili wa namna hiyo.

Naye Bi Halineshi alipomwona mwenzake haneni uneni, alimalizia kwa kusema, "Kwa hivyo, hivi sasa mimi sijapata mtu wa kisawasawa lakini pindi nikimpata wa kunienzi na kunichukulia maisha yangu, ni radhi kuondoka kwake."

Bwana Sineno mara alitamka lake akauliza, "Bibiye, kwani haja yako ni mume wa aina gani? Je, haja yako ni kuishi na mume ama haja yako ni kuolewa?"

Bibi huyu alijibu, "Mimi haja yangu ni kuolewa ndoa ya kisheria kwa sababu kuishi na mwanamume nje ya ndoa, kwanza, ni kumuasi Mwenyezi Mungu. Halafu tena, ni kuwatukanisha wazazi. Isitoshe, ni kuvunja ashrafu."

Ndipo Bwana Sineno alipotamka lake akimwambia Bi Halineshi, "Mimi niko tayari kukuoa lakini kwa masharti. Sharti la kwanza, mimi sitogawanya siku jinsi wanavyofanya siku wanaume walio na wake wawili ama zaidi. Hii ni kwa kuwa ninaye mke wangu ana watoto. Siku nitakayokuja kwako ikiwa ni kukaa mwezi mmoja ama wiki moja au mbili hiyo itakuwa ni shauri yangu.

"Lakini nisipokuja hata kama ni siku ngapi usinichukulie vibaya na nitakuangalia kama kawaida ya mke anavyoangaliwa kiasi cha rehema yake Mungu na nguvu zangu. Hayo ndiyo masharti yangu makubwa. Yapo masharti yangu mengineyo lakini siwezi kukupa sasa mpaka uwe umekubali kuolewa nami. Je, utakubali uolewe nami na kwa masharti hayo?"

Bibi huyo alinyamaza kimya kiasi cha dakika tano hivi hajasema kitu. Hii ilikuwa kwa furaha aliyokuwa nayo Bi Halineshi moyoni mwake. Hatimaye akiinua uso wake alimwambia Bwa Sineno, "Ninakubali mia fi mia. Sina zaidi isipokuwa kila kitu nitakusikiliza wewe."

Kwa furaha ya ndani ndani, Bwana Sineno aliuliza, "Je, nikitaka kukuoa habari zote nimuulize nani upande wako? Nikisema hivyo nina maana ya kuuliza ni nani mwenye idhini juu yako?"

Hapo bibi alitamka akasema, "Mimi bwana, mambo yangu yote ayasimamiaye ni babangu mzazi, kwa jina Subira. Kwa hivyo, ikiwa u tayari, babangu yuko nyumbani. Je, nikamwite au utakwenda wewe? Maana wahenga walisema kuwa sikio halipiti kichwa."

Bwana Sineno bila ya kusita, alitamka akanena, "Siyo

adabu nzuri kumwita mtu mzima mahala kama hapa pasipo na watu wazima wenzake. Mimi nitafanya mipango yote na nakuomba tukutane hapa tena leo jioni."

Walifumukana.

Baadaye, Bwana Sineno alitafuta wazee wawili na wakaenda hadi kwa Mzee Subira babake Halineshi, wakenenda wakazumgumza mambo ya ndoa mpaka wakaelewana. Mwisho wakakata shauri kuwa ndoa iwepo saa saba siku ya Jumamosi iliyofuata.

Jioni hiyo walipokutana mtu na mchumba wake, bibi akawa ana hamu na ghamu ya kutaka kusikia jinsi walivyomaliza. Hapo Bwana Sineno akamwambia, "Mambo yote ni mazuri. Kwa hivyo, kutokea leo Jumatatu, nakuomba ujitayarishe kwa mambo yako mengine. Huyo bwana uliyenaye umjulishe mapema habari yako hii isije ikawa ghafla kwake. Vilevile, kutokea leo uchukue ufunguo huu na pesa hizi. Siku ya Ijumaa au siku yoyote ile njoo ufagiefagie, utafute mtu akubebee vitu vyako akuletee hapa. Hapa ndipo pahali tutakapoishi mimi na wewe. Ningependa pia uchukue hizi hela nyingine ambazo zitakusaidia kwa upande wa wanao. Hivi sasa, hatutaonana tena mpaka siku hiyo, Jumamosi, ya ndoa yetu."

Alimaliza kusema, akaaga kwaheri naye Bi Halineshi akabana mlango akenda zake maskani akiwa amejawa na nyonda kubwa. Akifika akawapikia watoto wakala vizuri.

Kama ilivyokuwa kawaida yake, Fikirini aliingia. Bi Halineshi alimkaribisha akamfanyia kama kawaida yake anavyomuandalia, akaandika meza na siku hiyo Fikirini akala ingawa siku zote amegomea chakula. Akimaliza akakumbuka akanena, "Mbona mimi leo nimeghafilika ambapo siku zote mimi sili chakula? Mbona leo nimekula? Kwa nini?"

Yangawa yote lakini Bi Halineshi alikuwa hapendi kula chakula peke yake. Siku hiyo walipokula pamoja bibi huyo alifurahi sana na kwa furaha hiyo hakusema lolote kuhusu mfululizo wa maswali aliyoulizwa. Kuona hivyo, Fikirini naye aliinuka akajitengenezatengeneza akitaka kutoka. Bi Halineshi akamwambia, "Leo ukija wakati wowote usiku uniruhusu nina maneno nataka kukueleza."

Fikirini alipoondoka na licha ya furaha aliyokuwa nayo Bi Halineshi, bibi huyo alijikuta akizama katika lindi la kumbukumbu. Alikumbuka jinsi alivyokuwa hapendi kula peke yake bila ya huyo bwana. Hata akiondoka huyo bwana humngojea waje wale pamoja. Alikumbuka jinsi alivyokuwa akimchukua huyo bwana kama mtoto wake. Akija kutoka kazini au mahali popote akiingia ndani kwanza kumbusu, achukue kipepeo akampepee kitambo aanze kumvua viatu, akamfungulia vifunguo vya shati, akamvua hiyo shati na fulana na nguo nyinginezo. Kwisha hayo akampa kikoi au kanga akajifunga, akamchukulia taulo, akamshika mkono akenda naye hadi bafuni aoge. Akianza kuoga huku naye atayarishe chakula au wakati mwingine huingia naye pahali pa kuoga ili kwenda kumsinga. Alikumbuka kuwa hayo ndiyo yaliyokuwa mazoweya yake muda huo wote wa awali aliokuwa akikaa yeye na bwana huyo.

Siku hiyo akirudi usiku, Bi Halineshi alitamka akisema, "Kunradhi sana bwana, lakini kama nilivyokueleza kuwa leo nina mazungumzo machache napenda kuzungumza nawe."

Kwa kejeli ile ile yake ya kawaida, Fikirini alisema, "Enhe, nakusikiliza eleza bibiwe!"

"Mimi wazazi wangu wamenikubalia mchumba ataka kuniowa," alianza kueleza Bi Halineshi, "lakini walinambia nisipitishe jambo hilo mpaka nikwambie wewe kwanza. Kwa hivyo, nakutaka shauri. Je, wanipa shauri gani?"

Hapo Fikirini aliinua mikono yake kuielekeza kitambo cha kiasi akimshukuru Mungu wake kwamba dua yake imetakabaliwa akinena, "Nashukuri kupata si haba. Mambo huja kwa sababu. Kwa mtu ajaliwaye hapana lisilowezekana. Je, ni mume gani huyo asiyekuwa na akili atakaye kukuoa wewe? Siku utakayoolewa mimi nitaondoa nadhiri yangu niliyoiweka. Nitakwenda kumpa tuzo kwani atakuwa amenondolea mzigo mzito sana. Atakuwa kama ambaye amenifungulia njia nyingi. Kwa hiyo, mimi sina wasiwasi wowote bali nazidi kukuombea Mungu akupe mume wa kheri na ninaisubiri kwa hamu kubwa siku utakayoolewa. Hivyo basi, ikiwa ni leo au kesho au wiki ijayo au lini niondokee tu hapa pangu! Wazee wetu walinena, mzigo kuvuja ni nafuu kwa mbebaji japo ni hasara kwa mwenye mali."

Kwa hayo, Bi Halineshi alisema, "Tafadhali sana bwana, nakuomba hayo maneno yote uliyoyasema niandikie hati ili nami niweke kuwa ni ukumbusho."

Hapo na hapo Fikirini alivuta karatasi akamwandikia, akatia kidole kuwa ndiyo sahihi yake na akampa hati hiyo. Baada ya bibi huyo kumshukuru aliongeza, "Hata ingawa wewe umenichukulia kuwa ni kama kitakataka tu, mimi nilikata shauri katika roho yangu kuwa nisipitishe jambo lolote, liwe zuri liwe baya, mpaka nikweleze kwa hekima ya hao wazee wa kale walionena, kuambizana kuko ingawa kusikilizana hakuna. Vilevile, waliongeza kuwa, mwenye kutaka shauri hajuti. Halafu tena wakakamilisha kuwa, mtu haoli bahati akasahau umbile."

Akimaliza kusema hivyo, Fikirini aliinuka akanawa mikono halafu akatoka kwenda kutembea usiku huo huo. Akirudi ni usiku mwingi kama kwenye saa kumi hivi na wala hakuiacha kawaida yake ya kuja na hawara. Lakini wakati huu haikuwa tatizo sana kwa Bi Halineshi.

Ilipofika asubuhi Bi Halineshi hakuchoka kutimiza

wajibu wake. Wakawa wanaendelea hivyo hivyo tangu siku hiyo mpaka Jumatano usiku. Kwa bahati usiku huo hakuja na mwanamke. Bi Halineshi alimwambia maneno yale yale aliyomwambia awali, "Mimi nakukumbusha ya kuwa keshokutwa nitaolewa. Kwa hivyo, ingawa nilikuwa nishakujuza lakini hakuna ubaya nikikukumbusha. Sababu yangu ya kufanya hivi ni kuwa pengine unayo ya kuweza kunielekezea. Wahenga walinena, aanzaye haharibu lakini amalizaye ndiye huonekana mbaya. Isitoshe waliongeza kuwa msimangi ana machache na hayo machache ndiyo mangi yake.

Alipomaliza kunena hivyo, Fikirini aliinuka kwa hamaki na uso ameukunja akampiga kofi Bi Halineshi huku akibokoka, "Sitaki unipotezee wakati wangu bure kwa kunambia maneno ya kijinga na ya upuzi. Maneno hayo kwa yayo wanambia kila siku wala hakuna hata moja liwalo. Kwa hivyo, nakwambia ufanye adabu nami. Sitaki unizuezue akili."

Kwisha hayo, Fikirini alimshika mkono saa hiyo hiyo na akamvuta nje huku akimpiga na kumtusi matusi mabaya mabaya. Wapitao na njia na majirani wakashuhudia maneno yake ya mwisho watu waliyoyasikia, "Ni nani akutakaye wewe mtu mkorofi usiye na bahati mwenye na mateso ya maisha? Wewe na wazazi wako hamna akili wala wewe huna ghera kama wanawake wengine. Kama u mwanamke kweli na una ghera, nisingekuletea wanawamke wa kila rangi nawe uko hapa hapa! Na kama kweli u mwanake wa kuolewa usingenishauri mimi niliyekukataa tena tangu zamani. Tena nakwambia hiyo keshokutwa sijui lini uisemayo utaolewa nikija kukuta hapa utajuta kuzaliwa!"

Majirani waliokuwa sasa wamekusanyika pale kuona kulikoni, walimwambia Fikirini, "Msamehe bwana, asikusumbue akili yako."

Hapo hapo aliinuka bibi mmoja akamshika mkono Bi Halineshi akamrudisha ndani, wakalala mpaka asubuhi. Na hiyo asubuhi Bibi Halineshi akafanya kama kawaida yake wala hakuwa na chuki!

Asubuhi hiyo ndiyo asubuhi ya Alhamisi siku ya mwisho ya Bi Halineshi kuwa kiamboni mwa Fikirini. Kwa hivyo, alipoondoka Fikirini kuwahi kazi naye bibiye aliondoka akenda kutafuta mwenye mkokoteni kuja kumbebea vyombo vyake. Kwa bahati nzuri akampata, akaja akambebea vyombo vyake vyote. Kitu alichokibakisha ni godoro la sufi na ndilo alilokuja mkuta nalo Fikirini wakati walipoanza kukaa pamoja. Basi, alikata shauri aliache godoro hilo kwa kukumbuka ya kuwa mtu hufaiwa na chake na kuwa wa kale walinena, chako ni chako japokuwa ni tambara.

Alipomaliza kuvitwaa vyombo vyake, chumba alikifagia vizuri akalitandika godoro hilo hilo alilokuta siku hiyo, akawaaga majirani zake akiwaambia, "Mimi hivi karibuni naolewa na akija Fikirini mwambieni keshokutwa aalikwa harusini."

Basi, aligura akenenda alikoagizwa ende. Baada ya kutia vitu ndani akenenda shuleni kuwaagiza wanawe kuwa pindi watokapo waende kwa babu yao.

Kwisha hayo, Bi Halineshi aliwachukua wanawake mashoga zake wawili akenda nao, wakasafisha nyumba na wakapamba kwa vile ilikuwa imepakwa rangi nje na ndani.

Siku iliyofuata, Ijumaa, ikafika saa tano wakawa washamaliza kupamba na kila kitu. Halafu tena wakafuatana na Bi Halineshi mpaka kwao wakenda wakaingojea siku ya harusi na ndoa. Ilipowadia, Jumamosi, Bibi Halineshi aliolewa. Kusema kweli, ilikuwa ni harusi ndogo lakini iliyosherehekewa sana! Hapana aliyelinung'unikia jambo hilo kwa ukweli kuwa kiumbe hapati alitakalo hupata ajaliwalo.

Bwana Sineno alipomaliza kuoa, alionekana kuwa na furaha isiyo kifani. Naye Bi Halineshi nusura kukataa hilo jina lake kwa furaha kuu iliyomjaa moyoni! Nao watu wote walijua kuwa leo Bi Halineshi ameolewa. Wote waliohudhuria walikula karamu ya harusi hiyo kwa shibe tosha mpaka ikafikia kiwango ambapo kila mmoja wao kujifumkia anapokinai. Hatimaye akabaki Bwana Sineno na mkewe pamoja na wale mashoga zake Bi Halineshi ili kumsaidia bibi harusi kwa mambo madogo madogo.

Majirani za Fikirini waliokuwa wamehudhuria arusi hiyo walirudi makwao kusifia umaridadi wa arusi waliyokuwa wameihudhuria. Walipokuwa wanawasifia wenzao habari hiyo, mara Fikirini alirudi kutoka kazini. Akapita akiamkuana na jirani zake akiongoza kwenda nyumbani mwake.

Kabla hajafika, alitupa macho akauona mlango wake uko wazi. Alipoufikia akachungulia ndani, chumba ni kitupu! Kilichomo ni godoro la sufi pekee!

Hapo akaanza kuuliza alikokuwa Bi Halineshi na kajibiwa, "Kwani hakukwambia kwamba leo aolewa? Sasa, hivyo hivyo keshaolewa!

Kwambiwa hivyo, Fikirini alimaka, "Aaa! Hivi ameolewa kweli!"

Akaambiwa kwa mara ya pili kuwa kweli bibiye ameolewa. Yeye Fikirini hakutosheka na jawabu hilo. Aliuliza kwa mara ya tatu swali lilo hilo. Na kwa mara ya tatu alijibiwa vivyo hivyo.

Basi, ghafula alianguka chini pu akazirai wakaja hao majirani zake wakamtia maji huku wakimpepea. Akija akitia fahamu aliuliza tena swali lilo kwa lilo.

Ufanisi na ufanifu

"Je, kweli hivyo bibi ameolewa?" Aliuliza Fikirini huku akionekana kuchanganyikiwa. "Ikiwa kweli ameolewa, ameolewa wapi?"

Tabia hiyo ya Fikirini iliwashangaza hao majirani zake mpaka wakasahau kabisa habari walizokuwa wakielezana. Vipi utamkataa bibi na halafu tena uje uanze kuziraishwa na habari za kuondoka kwake kwako? Si huku ndiko kutapika ukarudi ukayalamba tena hayo matapishi? Hata hivyo, alijitokeza bwana mmoja aliyemwarifu kuwa Bi Halineshi aliolewa kuko huko mtaani Jitahadharini. Alipotaka kujua ni nani kamwoa aliambiwa aliolewa na bwana mmoja aitwaye Sineno, dereva wa magari ya trela aliye jirani ya Mzee Sharikana rafiki yake mkuu wa baba yako.

Fikirini kuambiwa hivyo aliinuka na kufululiza hadi huko alikoambiwa ameolewa Bi Halineshi. Alipokaribia huko alionekana yuwaja kwa hali ya kuwa yu mnyonge. Bi Halineshi akamtafadhalisha mumewe akimwambia, "Tafadhali mume wangu, nikuombalo ni kwamba niache niseme naye mimi, wewe usitamke lolote kamwe."

Alipokaribia hapo nyumbani, Fikirini aliinua uso na akamwona Bi Halineshi amegeuka kwa namna alivyojipamba kwa kila aina ya mapambo. Wakati huo, huyo bibi alikuwa amefuatana na mumewe huku wameshikana mikono.

Baada ya mazungumzo mafupi kati ya mtu na mkewe, bwana harusi akamuaga mkewe yuataka kutoka kwenda mjini mara moja kununua bidhaa fulani kwa matumizi ya pale nyumbani. Haya, akaondoka akawaacha pale barazani. Mara bwana huyo alipiga ukelele akisema, "Hivyo Halineshi umeolewa kweli? Umeolewa kweli?"

Baada ya muda, huku bado amemkazia macho Halineshi alirudia kuuliza maswali yayo hayo na kwa ghafla alianguka tena.

Mara Bi Halineshi aliwaita majirani zake pale wakaja, wakamtia maji baridi, akarudisha fahamu. Wakataka kujua kisa na maana lakini walijibiwa kuwa mwiba wa kujitoma mwenyewe mtu haambiwi pole. Kuona hapana lao pale walifumukana wakarudi makwao.

Huko nyuma yao, huyo Fikirini alianza kusema, "Mimi

sikudhania kuwa ungeweza kuepukana nami na ukaolewa na mtu mwingine. Nisamehe Halineshi naomba unirudie nyumbani. Nimetubu ukirudi sitakutesa tena. Nakusihi urudi nyumbani ama sivyo mimi nitapoteza maisha yangu juu yako."

Bi Halineshi alimsikiliza namna alivyokuwa akibabaika akampuuza na akaingia ndani na akaanza kujishughulisha na kazi zake za humo nyumbani. Alimwacha hapo barazani amekalia kochi.

Fikirini hakutoka pale barazani hata baada ya watu wa kwao kuja mshauri aondoke. Hata Bwana Sineno aliporudi alimpata pale barazani. Alipoingia ndani alimuuliza mkewe, "Haya, leo mambo yatakuwaje?"

Naye mkewe akamwuliza, "Kwani kumeingia nini? Mbona una wasiwasi? Usiwe na wasiwasi wowote kwa huyo bwana kwa sababu wahenga hunena kuwa fimbo ya maskini hulipwa ni Mungu na tayari yuafahamu kuwa wastara hasumbuki, japo akasumbuliwa, wa mbili havai moja."

Akitarajia mumewe atasema lolote, huyu bibi alitua. Lakini kuona kuwa mumewe bado yuamsikiliza aliendelea, "Na jambo hili huyu alikataa mwenyewe. Kwa hivyo, mwache limkatekate. Mwache ajibiwe na koma na walioko kuzimuni. Tena wala asituzuviye kwa jambo lolote letu litukialo.

Kwa hivyo, bwana huyo pamoja na bibi yake walilala mpaka asubuhi bila ya kujali hili wala lile. Wakifungua mlango wa barazani walimkuta Fikirini yupo pale pale amekaa kochini. Watu hao, bibi na bwana wakafanya shughuli zao za ndani ikifika saa moja u nusu Bwana Sineno akaondoka.

Ilipofika mwendo wa saa tatu, Bi Halineshi imani ikamjaa juu ya Fikirini. Hata ingawa alikuwa ameazimia kumwacha pale hadi azimie kwa njaa, aliona si vyema kulipa ubaya kwa ubaya. Hivyo alitumanishia mwanawe Mzee Sharikana, Tulii, aliyekuwa akisikilizana naye huyo Fikirini. Akija huyo kijana, Bi Halineshi alimwomba amchukue rafiki yake hadi kwake naye asikatae. Kwa vile alikuwa amezoeana na Fikirini, alifanya alivyoambiwa.

Huko kwake alikopelekwa hakubanduka kutoka ndani. Tangu hapo, Tulii tu ndiye aliyekuwa akienda nyumbani kumzungumzia akimletea maji ya sharubati akinywa kidogo kidogo. Pia akimletea na ndizi na machungwa akimsihi kula naye akila bila hamu yoyote ya chakula. Nao wazee wake wakimletea chakula hukibwaga hapo asikile! Hivyo basi, huyo mwanawe Mzee Sharikana, akija kufanya hali yake kidogo kuwa nzuri na akimzungumzia hata ingawaje yeye Fikirini hakuwa akizungumza kitu. Kazi yake ilikuwa kuitikia tu. Ikitokea kuwa amenena neno moja hasemi tena jingine mpaka baada ya siku mbili tatu hivi. Pia haondoki mle ndani ila kwa haja basi.

Basi bwana huyo alikaa na hali hiyo mpaka akamaliza miezi sita. Akawa amekondeana konda! Mtu amelala tu ni lazima akondeane eti!

Ilipofika mwezi wa saba tangu mambo haya kuanza, Bwana Sineno alimkalisha mkewe chini akamweleza maneno haya akimwambia, "Mimi siku zote hizi tangu nikuoe nimekuwa likizo katika kazi yangu. Sasa hiyo likizo i karibu kwisha na kama ujuavyo mimi ni dereva na huenenda mbali. Safari yangu humaliza wiki sita hivi niko nje. Jambo ninalokuarifu ni kuwa wewe umeolewa katika uke wenza kama nilivyokueleza. Huko nina jumla ya watoto kumi na wawili, sita ni wa kiume na sita wa kike. Wote nimewaandikia mali yao hali ya kuwa ningali hai. Wewe hivi sasa umehimili. Chukua hizi khati za nyumba mbili, nyumba ile ya ghorofa nne na hii ndogo tunayoishi pamoja na hii khati ya shamba ambalo liko katika Waya sehemu ya Mambo Njooni pale karibu na lango la Wakora. Hii ni kwa kuwa safari ni ya Mola na mja ajua atokako hajui endako."

Hapo Bwana Sineno alisita kituo cha kuvuta pumzi na halafu tena akaendelea, "Vitu hivi vyote vidhibiti na huenda vitakufaa wewe na mwanao utakayemzaa awe ni mmoja au wawili. Mungu akiwa anakuwekea palipo na majaliwa ikiwa siko hai vitu hivyo ni vyako. Niombee ghanima Mwenyezi Mungu anipeleke salama katika hiyo safari yangu na anirejeshe salama. Chukua kabisa na hii khati ya ndoa uviweke vitu hivyo vizuri. Mtu yeyote atakayekuletea matata juu ya mali yako niliyokupa viwe ndio ushahidi wako. Chukua pamoja na hizi pesa shillingi lukuki mbili na elfu ishirini ni zako za matumizi, utazitumia kwa hekima mpaka Mwenyezi Mungu atakapokunirudisha salama."

Hapo, kwa mara ya pili, bwana huyu mkarimu alitua kuzivuta pumzi. Alipotulizana aliendelea akanena, "Na kuanzia mwezi ujao wale wapangaji walio katika nyumba ya ghorofa wakukabidhi wewe kodi yao. Pesa hizo ukiletewa zidhibiti uziweke mahali mbali na hizo zako za matumizi na wala usizichangaye.

"Mungu akikujaalia uzazi mwana mwite jina lolote ulipendalo na mimi hivi sasa nenda zangu huko kwa mke mkubwa. Safari yangu ikiwadia sitorudi tena huko. Kwaheri na ubaki salama lakini wasia wangu nakuusia hivi, kuwa mke mwenye staha zake."

Kwa maneno hayo, Bwana Sineno alitoka pale kwa Bi Halineshi akenda zake na kumwachia mkewe simanzi kubwa. Lakini atafanya nini na mja ni kazi?

Kiasi cha siku mbili tatu hivi tangu kuondoka huko kwa Bwana Sineno, asubuhi mwendo wa saa mbili u nusu kulisikika mlangoni kwabishwa pale kwa Bi Halineshi. Akija akitupa jicho akamkuta babake Fikirini na mkewe pamoja na Mzee Sharikana wakiwa na wezee wengine wa pale mlangoni. Basi aliwakaribisha vizuri sana bila ya kinyongo. Akawauliza akinena, "Je, wazee niwafaaje? Mbona mmenijia ghafla bila hata ualiko wowote? Ninajua kuwa mwaufahamu usemi usemao, ghafla ni mbaya jimbi alikimbia ndifu."

Bwana Sinangoa hapo alinena akisema, "Ndio hali ya dunia, mwanangu, haja haiambiwi subiri bali huja tu. Kusudi juu ya kuja hapa ni kukuomba ufanye moyo wa huruma juu ya mwenzio yule ambaye maisha yake yatilifika kwa sababu yako wewe. Basi, hata kama alikukosea huwezi kumsamehe mwenzako kwa kumwona hali yake aliyo nayo? Wahenga walituusia kuwa, Samahani haina gharama."

Kwa tuo, Bi Halineshi aliuliza, "Nimsamehe vipi na mwenzangu huyo nimwoneeje huruma na nimfanyie imani ipi ilhali mlinikataa? Wewe mzee nilifika kwako kukutaka useme naye ukanifukuzilia mbali. Hata huna soni ya kufika hapa pangu. Unionavyo mimi hivi sasa ni mke ndoa wa wenyewe tena mwaniona nimehimili jambo ambalo ulinitusia kuwa halingetokea!"

Hapo naye Mzee Sharikana alinena akimwambia, "Hakuna lisilowezekana bali ni kutaka na kutotaka kwa mja. Sioni kama kuwa kulifanya hili ni jambo zito sana. Au kwani kutakuwa kuna ubaya gani ukiwa utamwacha mume uliye naye kwa madhumuni ya kuyaokoa maisha ya binadamu kama huyo ambaye sasa amebakia gofu tu?"

"Mwanangu muone Mungu usituone sisi. Yaliyopita, mwanangu, yasiwe ndwele kwetu. Twakuomba umrudie mwanetu!" Mamake Fikirini huyo alisita hapo akidhani kuwa Bi Halineshi atatoa lake lakini alipoona kuwa haliji aliendelea, "Mwanangu, mimi siwezi kukwambia mengi. Kila jambo walijua zaidi. Ninalokwambia ni kukuomba ufanye moyo wa kibinadamu moyo wa huruma na moyo wa masikitiko ili umsikitikie mwenzio ambaye yu katika dhiki ya mapenzi hivi sasa. Kwa hivyo, nakusihi mwanagu uliondoe fundo la moyo ili umstiri mwenzio."

Mara Bi Halineshi aliyadakia maneno hayo akinena, "Amaa!! Haya hayengemfikia huyo mwanenu isipokuwa kwa mapenzi yenu nyinyi wazazi wake. Mwakumbuka kuwa wakati nilipokuwa naishi naye niliwajia nikilia kwa machozi ya penzi nikawaomba mmsaidie ili mwanenu anioe kwa ahadi aliyokuwa amenitolea mkanibeza? Mwakumbuka? Mliangua kicheko tena cha stihizai huku mwanambia, tamaa uloishika kheri itamauke. Wewe wafikiri kwamba mwanetu aweza kukuoa wewe mtu uliyemalizika esi mtu huzai tena? Wewe ushapata watoto wawili, sisi mwanetu mbichi hajapata hata chembe! Kwa hivyo, wewe nenda ukatafute mume mwingine akuoe lakini ikiwa ni mwanetu ana mtumbako. Je, mwakumbuka? Isitoshe, mwanenu aliniandikia hati ya kuniacha akanitupia akinifukuza. Mngetaka kuisoma?"

Hapo Bibi huyo alitua kiasi ili maneno yale yawanoge wale wageni wake. Baada ya muda alinena kuendelea, "Mliposema na kunambia hivyo nilipandwa ni uchungu nikazidisha kilio ili mpate kunihurumia lakini haikutokea hata mmoja kati yenu aliyejiwa na huruma na imani na masikitiko na moyo wa kibinadamu bali mlinifukuza mbali kwa kuwa nilikuwa nikiwaghasi na kuwatilia makelele. Je, leo hii na mimi niwafanyeje? Jawabu ni kuwa madhali mlinikopesha na mimi sina budi kuwalipa. Lakini mimi sipendi kujifanya mkavu wala sipendi kulipa ovu kwa ovu. Ninalowaomba ni mnijulishe mngependa nifanye nini hata ingawa wakale hunena, ada ya mwenye kukopa dawa yakwe ni kulipa usijifanye mkavu."

Mama yake Fikirini hapo alinua kauli akasema, "Sisi jambo tulitakalo ni wewe kumwambia huyu bwana aliyekuoa akuache ili kusudi uolewe na mwanetu. Hivyo utafufua nyama ndani ya kitanga na upate kuyaokoa maisha ya mwenzio."

Bi Halineshi hapo akalijibu tena huku akiuliza, "Lakini katika maisha yenu ni nani aliyefanya mambo kama hayo mpaka mimi nikawa wa pili? Mimi siwezi kuharibu pendo langu kwa mambo ya kijinga kama hayo myatakayo. Wazee wa kale hawakukosea walipoamba, kilichoniuma jana leo hakinitambai."

Kuona mambo ni hivyo tena, mama yake Fikirini alimwambia Bi Halineshi, "Mwanangu, yamwakikayo hayazoleki. Wazee hutuambia kuwa, mlango wa adui yako uombee uwe wazi." Akimaliza kusema hivyo mama yake Fikirini akanyamaza kimya.

Hapo naye Bi Halineshi akatoa sauti akawaambia wote kwa jumla, "Nisikilizeni nyote mulio watu wazima. Hapa mimi nimeolewa na niko chini ya mamlaka ya

Mungu. Nyinyi mlivyokuja mmekuja kinyume cha sheria na kanuni. Kwa nini hamkuja akiwepo mwenyewe? Nami ingawaje nimewakaribisha kwangu lakini nimewakaribisha kimakosa. Kwa mfano, hivi sasa mume wangu akija akiwakuta nyinyi hapa atanifikiriaje? Bila ya shaka ataniona mimi namwendea kinyumenyume ilhali si nia yangu kat'tu. Nataka mkumbuke ya kwamba mimi ni sikio na kila itakavyokuwa siwezi kupita kichwa. Mimi mume wangu hayupo. Siwezi kufanya jambo lolote bila ya mume wangu kujua. Tena jambo kama hili wazazi wangu hawajui na mimi siwezi kupitisha jambo lolote bila ya shauri lao. Kwa hivyo, nakushaurini mwende mumwulize mume wangu na mwaendee wazazi wangu ndipo mnijie kwa uamuzi wangu. Siwezi mimi kufanya jambo lolote mpaka nipate ushauri kwa mume wangu na kwa wazazi wangu.

"Nayo hayo yote mtasubiri mpaka nimejifungua salama salimini na niwe nimeruhusiwa kuzungumza na nyinyi. Kwa hivi sasa sitaki mtu yeyote aje hapa katika nyinyi mpaka wakati ambapo mmemaliza kanuni zote. Isitoshe, ikiwa imefikilia siku hiyo ya kuzungumuza si hapa bali kwa wazazi wangu. Kwa hivi sasa, nakwambieni tu kuwa sina zaidi ya kusema ila maneno yangu ni hayo. Na mwisho, ningependa kuwakumbusha tu kuwa, mimba ni mshale huua au ukaponya."

Bibi huyu alipowaambia maneno hayo, waliinuka wakenda zao hata bila ya kunena kitu. Walipoondoka walikaa muda mwingi sana bila ya kwenda kuuliza tena habari zao. Halafu tena na kwa bahati nzuri, wakapata habari kwamba yule Bi Halineshi amepata salama kajifungua tena si mtoto mmoja basi, pacha. Mama yake Fikirini alifanya bidii akaenda kupeleleza kwamba huyo bibi kweli amejifungua ama ni uvumi tu hali ya kuwa ilisemekana bibi huyo hatozaa tena. Siku hiyo akifika alimkuta bibi huyo ndiyo tena atoke chaliani hajamaliza hata juma. Hapo mama yake Fikirini akahakikisha amezaa kweli. Baada ya kuwaamkia hakukaa sana bali alitoka akiwa na masikitiko na majuto makubwa.

Akiondoka katika nyumba ya bibi huyo, alienda mpaka alikokaa mwanawe. Alipomwona Fikirini alilia sana kwa alivyomwona. Alionekana mwanawe mwendawazimu si mwendawazimu, mzima si mzima. Kila alipofikiria kuwa yasingetokea hayo yote ila ni sababu yalitokana na sisi wenyewe kutofanya subira na kukuza busara, ndivyo alivyokizidisha kilio chake. Katika hicho kilio alikumbuka neno alilomwambia Bi Halineshi alipokwenda kwao kutaka ende akasaidiwe nao. Alimkaribia mtoto wa kike huyo akamwambia, ondoka na upuuzi wako hapa usitughasi na kututilia kelele. Wafikiri walia waona kilio ni dawa? Basi alipoyakumbuka maneno hayo aliona wazi kuwa naye kilio chake hakikuwa dawa akanyamaza na saa hiyo hiyo akaondoka akenda na majuto yake. Alipopagura hivyo hakurudi kwa muda mrefu sana.

Utumba wa pili

Baada ya kitambo kirefu, mumewe Bi Halineshi, Bwana Sineno, alirudi kutoka safari yake hiyo ya kikazi. Mwenyezi Mungu alikuwa amelikubali dua lake na amemrejesha salama u salimini. Akija akamkuta mkewe amepata salama naye nusura azimie kwa hidaya alompa Mola wa rehema. Wakati huo huo akatoka tena kwenda kumtafutia mkewe zawadi kemkem.

Baada ya kukaa pale kwake kwa siku mbili tatu, siha yake ilianza kumbadilika. Kuulizwa na mkewe yaliyokuwa yakimtia matata, Bwana Sineno alitamka, "Mke wangu, tangu niondoke hapa, nimekuwa nikisumbuliwa sana na hali ya Fikirini. Na tangu nifike hapa habari zake nilishazipata kuwa amedhoofika kweli kiasi kwamba hasimami tena wima bali kulala tu kwa kuvimbiwa maguu kwa ukosefu wa lishe bora pale kwake."

Bi Halineshi alitamka akamwambia, "Ndiyo mume wangu naambiwa kila uchao hali mbaya humzidia na imefikilia kiwango cha kuziraizirai. Hata wazee wake walikwishafika hapa kuzungumza nami ili nifanye moyo wa huruma na imani nikubali kurudi kuishi naye lakini nikawaambia nyinyi hata hamna fikira nyingi. Mwanifahamu kuwa mimi nina mume wangu wa sharia. Tena vipi mwanambia maneno kama hayo na hayo yote yasingetokea ila sababu ni nyinyi wenyewe? Hayo ndiyo niliyowaambia na kusikia hivyo walinyamaza kimya na wakarudi na mitungi yao ya shinda."

Hapo Bwana Sineno alimuuliza mkewe, "Je, wewe mke wangu, waweza kunipa shauri gani kwa yule bwana kwa hali aliyo?"

Mkewe Bwana Sineno alirejesha jawabu akimwambia mumewe, "Wewe ni mume wangu uliyenioa kwa sharia. Mimi siwezi kufanya lolote ila kwa amri ya halali. Pia ukumbuke katika lolote utakalonambia kuwa kuishi na wewe ndio nimeanza tu na sijachoka na wala sitachoka. Kwa hivyo, ikiwa waniuliza hivyo ni kama wanitatiza. Je, wahenga hawakunena, tuishangilie nyemi pamwe na uzito wetu Mungu atatufariji?"

Kusikia hivyo, mumewe bibi huyo alimjibu kwa unyenyekevu akamwambia, "Mimi sikuulizi hayo kwa chuki, nana, wala usinielewe vibaya bali natafuta shauri na hata suluhisho jema kutoka kwako kwa kuwa wazee wa kale walinena, mwenye kutaka shauri hajuti."

Hapo alisita kidogo Bwana Sineno, halafu akanena, "Nimezingatia mambo haya yote kwa makini sana nikaona kwamba ni jambo la busara kiumbe kumfikiria kiumbe mwingine kwa mambo mema. Akiwa ana makosa au awe hana makosa hayo si juu ya mwenye fadhila. Lilo kubwa ni utimize lile linalotakikaniwa na binadamu mbele ya Mungu. Kila siku lazima ajitoe kwenye uovu asijiambatishe na kitu chochote ambacho kitamtia lawamani namo siku za usoni ikiwa si kwa Mungu si kwa binadamu wenzake.

"Mimi nionavyo, mke wangu, yule bwana lau kama ataondoka ulimwenguni humu, wewe utapata lawama kubwa sana kwa binadamu msi fikra. Ingawaje huna makosa lakini watakutia makosani. Wafahamu kabisa kuwa kila afae hupandikiziwa sababu."

Baada ya kunyamaa na kuhofia anayotaka kuyasema yatachukuliwaje na Bi Halineshi, aliyasema, "Kwa hivyo, nakuomba ujitoe katika lawama hiyo kwa sababu yule bwana anatangaza kuwa akiondoka ulimwenguni humu ataondoka kwa jina lako. Je, wewe wakubali jambo kama hilo? La hasha, kwa sababu wazee wetu wa awali walituachia wosia kuwa kuambiwa ambika usije ukaishia kumbe. Hivyo, tusidharau ya wakuu."

Hata ingawa bibi huyo aliweza kukadiria alikokuwa akilenga mumewe, aliuliza, "Mume wangu, mbona sikuelewi? Ulilo nalo moyoni ni lipi?"

Bwana Sineno akajibu, "Mimi napenda nikuache talaka moja, ukae eda yako miezi mitatu hapa nyumbani kwangu ukimaliza uwaite wazee wake yule bwana waje kwenu uje ujitoe katika lawama. Hilo ndilo jambo ninalolipenda mimi. Wala sina chuki nawe. Jambo nikuombalo ulifanye ni kuolewa ni yule bwana. Watoto wote usende nao. Waache kuko huko kwa nyanyao na babu yao. Mimi mwenyewe nitawaangalia."

Kusikia hivyo, Bi Halineshi aliinamisha kichwa huku machozi yakimlengalenga akinena, "Ewe Mola wangu, ni kwa nini janga haliniishili miye! Ewe Mola nimekukosea nini kiasi kuwa umeniandamisha misururu ya yasiyo?"

Kumaliza kunena hivyo, alimgeukia mumewe na kusema, 'Talaka? Kuacha watoto? Nieleza ewe mume wangu, nikikuachia huyu malaika utamfanyaje? Nieleze nipate kujua ama nitaolewa naye? Una hakika gani kuwa mimi ndiye sababu ya Fikirini kuwa katika hali aliyomo sasa na bali si kisingizio. Mume wangu, niko chini ya mamlaka yako lakini naomba kuwa uamuzi uuchukuao uwe wa kiutu uzima."

Maneno hayo yalimfanya Bwana Sineno kujibu akisema,

"Sikiliza mke wangu, mimi sikuambii haya kwa nia mbaya bali nasumbuliwa rohoni tumfaeje huyu kiumbe. Kama nilivyotaja hapo awali, wema ni wale walio na wema wa wengine rohoni mwao wala sina dhamiri mbaya na wewe.

"Mume wangu, kutaka kunitenga na wanangu wema? Ni halali?" Bi Halineshi aliuliza kwa huzuni kuu. Kuvaa shida za wengineo ni wema? Kuvunja nyumba yako ili kujenga kwa mwingine ni wema? Mume wangu, nakuona umesahau unyumba wote uliofunzwa na kungwi. Umesahau kabisa kuwa mafunzo hayo yanakuongoza kwanza kumjua Mola, pili kumjua mkeo, tatu kuwajua wanao, nne kuijua dini yako, tano kuijua kazi yako na mwisho kuujua umma. Mbona hivyo?"

Haya, pakazuka kimya pale nyumbani kila mmoja wao akilifikiria lake. Bwana Sineno hakuona ni vipi vinginevyo ambapo angefanya ili mkewe ajinusuru na lawama. Naye mkewe hakuona ni vipi vinginevyo msururu wa nuksi unaweza kumwandama hivyo isipokuwa Mungu amependa iwe.

Kwa masikitiko, mkewe alishauri, "Ikiwa umelishikilia hilo, naomba useme nao wakwezo uone ushauri wao ukifahamu kuwa nikitoka hapa mimi nitarudi kwetu na wala hapana la utumba wa pili."

Nalo hili ndilo alilolichelea mumewe.

Alijua tosha kuwa wao ndio watakaokuwa na uamuzi wa mwisho na hapana namna wataliruhusu hilo kutokea. Na hata wakiwa radhi, huyo mwenyewe, Bi Halineshi, kakataa. Dha! Afanye nini?

Baada ya muda, Bwana Sineno akasema, "Nana, labda litakuwa jambo la kufaa tukiyaachia mambo haya hapo ili tupate weu wa kuyafikiria zaidi."

Naye mkewe hakumpinga.

Siku iliyofuata, mtu na mkewe walirejelea mazungumzo yao. Hatimaye, Bwana Sineno alikubali kuandamana na mkewe hadi kwao ili wapate ushauri wa wakwe zake.

Walipofika maskani kwa Mzee Subira, wazazi wake bibi huyo hawakuwepo. Kwa hivyo, Bwana Sineno hakuwangoja bali alimwagiza mkewe kuwa mkwewe akija amweleze walilojia kisha arudi kwake ampashe habari hizo.

Kwa bahati mbaya wazazi hao walikawia na wakiingia ni jioni. Hakukawia kuwapa sababu ya kuja kwao pale na alipomaliza nyumba nzima ilijaa simanzi.

Kwa kitambo baba yake Bi Halineshi hakutamka lolote. Lakini hatimaye alimwagiza mwanawe amweleze mumewe kuwa yeye Subira angependa kuwa na mazungumzo naye keshoye. Haya, mwanao akaondoka akarudi kwake.

Keshoye mwendo wa saa nne asubuhi, Bwana Sineno akaja kuuitikia mwito. Akifika alikaribishwa vizuri sana na baada ya maamkizi, baba yake mkwe alitamka uneni wake akinena, "Mna nini wewe na mkeo? Mbona jana nimepata habari za kushangaza? Je, kuna nini na ni kwa nini iwe hivyo? Nina fahamu kuwa wewe waogopa kusemwa na kulaumiwa lakini hujui kuwa wahenga walisema sitishiwe ni mingurumo za radi na umeme, ni tangazo la kilimo shika jembe ukalime?"

Alipokwisha kusema hivyo Mzee Subira, mkwe wake alicheka kidogo kulingana na maneno aliyoambiwa kisha naye akatia lake kunena, "Baba, mimi nilifikiria ubinadamu nikakumbuka utu ndipo nilipokata shauri nifanye hivyo ulivyoelezwa. Raha ya duniani ni mambo matatu. Kwanza ni utu, pili ni kitu na tatu ni bahati upendwe ni watu. Kwa hivyo mimi sipiganii kupendwa bali napigania utu."

Baba yake Bi Halineshi aliyekuwa anamsikiliza mkwewe kwa makini aliuliza, "Utu? Utu gani? Je, ni utu kukiliza kitoto kichanga na mamake? Je, ni utu kuiasi nyumba yako nzima eti kwa faida ya mtu wa mbali nawe? Je, huujui msingi asilia wa maisha ya hapa duniani kuwa kwanza huja Mungu halafu akaja mkeo halafu wakaja wanao halafu ikaja dini ikifuatwa na kazi na mwisho ukaja umma. Huo utu unaousema umo katika umma! Kwa nini ufanye kinyume chake ambapo unaanza na huo utu? Kat'tu hayawi hayo uyatakayo! Utasumba. Chambilecho wahenga, asiyesikia la mkuu huvunjika guu.

Yangawa yote uliyoyatenda, lakini mimi sipendezwi na hatua yako unayoichukua," aliendelea Mzee Subira, "na nakuomba ukae uifikirie tena ili urudi katika sehemu yako uliyokuwa uendelee kukaa na familia zako kama ilivyo hivi sasa."

Hapo naye Bwana Sineno alijibu akinena,

"Samahani sana baba kwa yote yaliyotokea. Hata hivyo, nakuomba kitu kimoja. Hivi sasa kikazi niko safarini karibu nitaondoka. Kwa hivyo, nakuomba unipe nafasi kwa mambo haya mpaka nirudi na nakuah..."

Mara usemi wake ulikatizwa na hodi hodi za dharura mlangoni.

Tanzia

Wenyeji waliokuwemo nyumbani humo, ingawa waliitikia wakifahamu kuwa aliyebisha hakuja kwa salama. Walimpokea. Mwanawe Mzee Sharikana, Tulii, kijana aliyekuwa amezoeana na Fikirini, ndiye aliyekuwa mgeni. Basi, aliingia akihema!

Ndiyo, ilijulikana kuwa hali yake Fikirini ilikuwa hoi na mahututi lakini haikuwa imekithiri mno kiasi cha kutia kiwewe. Vipi huyu yuaja hapa huku yuahema? Haya ndiyo mawazo yaliyowapitikia baadhi ya wale waliokuwemo nyumbani humo. Hasa Bwana Sineno alihangaika hata mno mawazoni.

Mwenye nyumba, Mzee Subira, alimkaribisha huyo mwanawe Mzee Sharikana, "Karibu! Karibu pita ndani kijana! Tunaomba utulie na utueleze polepole hilo linalokufanya uheme hivyo."

Tulii alipoona kila jicho lamwangaza yeye, alifanya makini asionekane mwenye haraka. Alipotulia kiasi cha kuzungumza bila kugugumiza kwa hofu, alisema, "Wazee wangu, natoka kwa Fikirini nayo hali yake si nzuri vile!"

Baada ya kitambo kidogo, Mzee Subira alimwuliza, "Je, umewajulisha kina Mzee Sinangoa?"

Naye Tulii alijibu kwa kusema, "La, sijawajulisha lakini naliona kuwa ni heri nikujulisheni nyie kwanza ndipo nipite kwenda kwake."

Mzee Subira alimshukuru kijana huyo kwa ujumbe wake na akamshauri ende haraka iwezekanavyo kuwajulisha wazazi wake muwele. Wakati huo wote wa mazungumzo haya, kila mmoja pale alikuwa amezama katika lindi la mawazo, kila mmoja kivyakekivyake.

Wa kwanza alikuwa Bwana Sineno. Yeye alisumbuliwa na wazo kuwa ijapotokea kuwa huyo bwana atafuata njia ya marahaba, bila shaka ni Bi Halineshi atakayelaumiwa. Akilaumiwa hivyo, naye bila shaka atatiwa lawamani humo pamoja na mkewe.

Wa pili, Mzee Subira. Naye alipitikiwa na wazo kwamba akifa Fikirini, labda litakuwa ni kosa lake kwa kukataa katakata kumruhusu mwanawe kuolewa naye. Kama angelimruhusu kumrudia labda angenusuru maisha yake.

Wa tatu pale, mama yake. Yeye, mama yake huyo, yaani Bi Wema, mawazo yake yalikuwa tofauti. Kwake ilikuwa wazi kuwa mwanawe alikuwa amedhulumiwa tena si haba na yule bwana anayesemwa hali yake si nzuri. Alimfanyia mafamba. Ijapokuwa ataaga dunia haitakuwa kwa sababu ya mwanawe kwa sababu kajitakia mauti mwenyewe! Hakuona ni vipi mtu atakataa kula na aishi! Hakuona ni vipi mume atamfukuza mke akimkataa katakata halafu aje afe juu yake. Huo ni upuuzi wa mbwa kutapika na halafu kurudi kulamba matapishi yake! Labda, ya Mungu ni mengi, huenda pengine analipiwa ubaya kwa unyama wake aliompitishia mwanawe! Kwa upande wa huyo binti yake, mawazo yake yaliendelea kumtuliza kuwa chambilecho wahenga, hakuna dhiki wa dhiki ila baada ya dhiki ni faraja.

Naye Tulii mara alipoondoka tu mle ndani, Mzee Subira na Bwana Sineno waliangaliana. Nako huko kuangaliana kulikuwa ishara kuwa maongezi yao hayakuwa na maana tena. Kila mmoja wao alifahamu tosha kuwa Tulii hakuwaambia ilivyokuwa hali halisi bali aliwaambia kijuujuu ukweli wa mambo. Kwa hivyo, baada ya muda Bwana Sineno aliwaaga wakweze na kuondoka. Akabaki mtu na mkewe wanaangaliana tu.

Sote twaifahamu hali ya shamba kuwa hapana siri. Mara hiyo, kijijini Sumbawange mlikuwa mmeanza kuhinikiza uvumi wa kuachika kwa Bi Halineshi ili aokoe maisha ya

Fikirini. Alikwisha kuusikia uvumi huo Tulii na kumpasha habari rafiki yake. Kama ilivyo hali ya uvumi, ni kiasi kidogo tu cha ukweli kilichomfikia Fikirini kwamba jambo hilo lingetokea jana ya siku hiyo aliyopashwa habari.

Nayo hiyo siku, Tulii alipomwacha rafikiye, Fikirini, alimwacha akionekana mwenye fadhaa. Naye akitoka hivyo, alitoka na fikra, mbona yuafadhaika huyu rafiki yangu?

Basi, alipofika pale siku iliyofuata, kampata huyo rafiki yake hali yake ni ya kutoweza hata kumtambua yeye Tulii. Lake lilikuwa tu kuangalia kwa macho maenge, kama yuaona kumbe giza totoro. Ndipo akafanya wasiwasi mkubwa akachomoka mle ndani jinsi alivyochomoka na kuishia sebuleni kwa Mzee Subira.

Alipofika kwa wazazi wake Fikirini, Bi Shukurani roho yake ilianza kumdunda jinsi Tulii alivyoingia kwake. Bibi huyo akimfahamu kuwa ni rafiki ya mwanawe ndiyo lakini mjo wake uliashiria nuhusi machoni pake.

Mara alimkaribia huyo kijana aliyekuwa anamwendea akamuuliza, "Kijana, kwema utokako!"

Naye Tulii akamjibu kwa sauti ya wasiwasi, "Nashikamoo mama. Nitokako ni kwema lakini hali ni hivyo hivyo tu."

Wakati huo nao, Bwana Sinangoa akawa ametoka barazani anawakaribia maana kaamshwa pale alipokuwa amekaa akisinzia na sauti ya mkewe. Kuiona hali ya wasiwasi ya Tulii, naye alirudia swali lilo hilo la mkewe na akajibiwa vilevile.

Haya hakuyangoja mwisho wake Bi Shukurani. Mara alianza kuchana mbuga yuakimbia kwenda huko alikokuwa akikaa mwanawe maana, uchungu wa mwana aujuaye mzazi. Lakini mumewe na Tulii walibaki palepale kiamboni. Aliomba Bwana Sinangoa kuambiwa yote yaliyokuwa yamejiri hadi Tulii akafika kwake. Yalipokwisha maelezo hayo, wawili hao walikaa palepale nje wakisubiri lolote litakalojiri huku mzee huyo akitikisatikisa kichwa na kumsailisaili kijana huyo pale ambapo hakuwa ameelewa vilivyo.

Haya, ikawa kwamba kiamboni hapo pana biwi la simanzi, kwa Mzee Subira nako kukawa na ukungu wa simanzi na alikoelekea Bi Wema kukawa kuna giza la tanzia.

Tulii ndiye aliyekuwa wa kwanza kuruka pale alipokuwa amekaa. Kumwona anaruka, Mzee Sinangoa naye akashtuka

Mara Tulii alinyanyuka akisema, "Ninasikia ukelele wa ufu mzee."

Kusikia hivyo, mzee aliteka sikio naye pia akausikia ukelele huo huo ukitokea alikokuwa ameelekea mkewe. Ukelele huo ulipokezanwa mpaka karibu nao ambapo waliarifiwa kuwa Fikirini kakata roho. Ni kweli kuwa liandikwalo na Mola halifutiki. Lakini arifa hiyo ilimtia machungu makubwa huyo mzee, baba yake Fikirini.

Hapo kikaendelea kilio, huzuni na masikitiko ya huruma. Wanakijiji wenye jitimai wakaja wakaandamana na Bwana Sinangoa wakenenda kumsaidia kumchukua maiti wake wakitayarisha mazishi kumzika. Ama kwa kweli wema hugeuka sumu ukachongea viumbe.

Utengano

Kijijini humo Sumbawange ya chini, kama vilivyo vijiji vingi, kulikuwa kumeenezwa uvumi wa kila sampuli. Mara oh Fikirini kachomekwa mzizi na wakweze. Mara oh aliyekuwa mkewe alimnyemelea usiku na kumtoa uhai kwa njia zisizoeleweka. Mara oh Fikirini kanywa sumu kwa kukataliwa na Bi Halineshi. Basi ikawa zile mara oh, mara oh zikawa ni nyingi kiasi kuwa ungedhani kuwa ni Fikirini tofautitofauti waliokuwa wanazungumziwa.

Hatimaye, kulitokea vikundi vitatu katika tanga hilo. Kulikuwapo na wale walioitia lawamani familia ya Bi Shukurani na kulikuwapo na wale walioilaumu familia ya Bi Wema. Tatu, kulikuwapo na wale walioshikilia kuwa kuishi ama kutoishi ni kudura yake Maulana na kuwa mja hana hiari. Iwapo hakuna wa kuyakubali haya basi atakuwa anamtilia Muumba walakini.

Kwa siku mbili mfululizo na kabla ya marehemu kuzikwa, makundi haya nusura yazue vita maskani mwa wafiwa. Lao wao halikuwa faraja bali kuonesha kuwa mawazo yao yalikuwa ndiyo.

Kundi la kwanza, ambalo ndilo lililokuwa likimtetea Bi Shukurani, liliongea likisema kwa yeyote aliyekuwa tayari kulisikiliza, "Alipozaliwa mwana Fikirini, mama yake alishukuru sana kwa kupata kizazi baada ya kungoja kwa miaka na mikaka. Leo hii ametokea mwanamke asiye huruma hata chembe amemdhulumu kiasi kwamba amepoteza na hata hayo maisha yakwe.

"Mnaonaje nyie ikiwa mkeo atakuacha usononeke, ukonde, ufe kwa njaa naye amejibanza kando yuakucheka? Naye anakutesa hivyo ilhali bado wampenda kweli kweli! Sasa toeni kauli zenu kama kweli huyu kijana wetu katendewa haki. Hebu jisailini kama kweli ni haki kupendewa huku na kuchukiwa huku. Twenda mzika mpendwa wetu aliyeaga dunia kwa kupenda kwa dhati!"

Wote waliowasikiliza hawa walijawa na huzuni na pindi familia ya Mzee Subira ingalikuwa karibu hapo bila shaka ingekiona cha mtema kuni. Kwa bahati nzuri hakuna hata dalili ya mmoja wao kukuwapo. Basi ikawabakia hawa kulia tu kilio cha laana teletele.

Nacho kikundi cha pili kusikia laana hizo, kilikuja juu kwa maneno. Kilisikika na wale waliohiari kukisikiliza kikinena, "Ni moyo wa nani unaoweza kuvumilia vitendo viovu alivyopitishiwa bintiye Bi Wema? Hata nyinyi mnaomtetea marehemu, ni nani miongoni mwenu ambaye anaweza kuvumilia kuletewa mwenza usiku na kuamrishwa kulala sakafuni? Hebu tujulisheni, ni nani kati yenu anayeweza kuandikiwa talaka tatu halafu aparudie pale alikofukuzwa kimbwa? Ni nani kati yenu nyie mlio hapa awezaye kuvumilia mateso aliyoteswa Bi Halineshi?

"Isitoshe, huyo mnayemtetea hivi sasa alipata ushauri gani kutoka kwenu nyinyi? Ni nani kati yenu aliyeenda kwake yeye na kumpa mashauri ya kumfaa? Kama hapana, basi utetesi wenu wote si wa dhati bali ni wa hamaki za tanga!"

Mabishano haya yaliendelea kwa muda hadi sauti ya kikundi cha tatu kiliposikika. Hata ingawa kikundi hiki hakikuwa na wengi lakini sauti yao iliazimia kutuliza. Walisikika wakiwaambia waliokuwapo, "Enyi wanakijiji, tusipofushwe na hemko la tanga na kuanza kulaumiana, la. Sote tuna tabia mbaya ya kutaka wa kulaumu kila tunapowapoteza wapendwa wetu. Huwa tunasahau kabisa kadari yake Muumba.

"Ni kwa nini tuna tabia ya kuzua vineno na maneno kila tunapokumbwa na mikasa? Kwa nini sisi si watu wa pole na makiwa jamani kila linapotusibu janga? Kwa nini tunafurahia mateso ya wengine? Twaona waziwazi sisi kuwa tumepooka katika jambo hili. Twakuombeni, kwa hivyo, tuiache tabia hii ya kuumizana kwa ndimi zetu. Twaomba jameni tuwafariji waliofiwa, tuwasaidie hadi kazi hii ya ziko imalizike."

Wengi wa wale waliokuwepo walikiona kikundi hiki kuwa ni sauti ya utangamano msibani. Hata hivyo, lililoshangaza ni kuwa wanakijiji hao huwa na matangamano halisi katika mambo mengine yote ila yale ya misiba na majanga. Nyakati kama hizo huonekana wazi kusahaulika kwa hekima ya wazee wetu kuwa umoja ni nguvu, utengano ni udhaifu.

Wala hapana la muhimu lililotokana na utengano huo bali uliongeza tu hali ya simanzi pale pa Bwana Sinangoa. Wale waliokuwa wamefika pale walionekana katika vikundi vyao kila kikundi kikidhani kwamba msimamo wacho ndio uliokuwa na wengine wote hawakuelewa waliłotenda.

Mwenyeji, Bwana Sinangoa, hata ingawa alikumbwa na masikitiko makubwa, hakufadhaika kupita kiasi. Aliwafahamu wanakijiji hawa. Alifahamu tosha kwamba ukijaribu kuwatangamanisha utaambulia patupu. Waache waseme wayasemayo na halafu watajinyamazia na kuuma ndole. Mara nyingi haya hutokea baada ya marehemu kuzikwa na pia mnamo wakati wa kuwekwa tanga. Hapo utawaona kila aliyezungumza visivyo akiwapiga pambaja wale anaowaona aliwakosea. Ukijaribu kukielewa kitendo hiki, utazama katika lindi la masikitiko bure bilashi.

Basi, kwa kuwa siku hiyo ilikuwa ya watu kuja pale na kutoa rambirambi zao hapana mengi yaliyofanywa mbali na huo umbeya na huzuni ya kuigiza. Kama ionekanavyo, wengi wao wakiongozwa na kukosa kuelewa ufunzaji wa ndarire. Kanwa jumba la maneno.

Maziko

Siku iliyofuata hiyo ya mafarakano, ndiyo iliyokuwa siku ya maziko. Ilianza siku hiyo kwa kuchimbwa kaburi. Hapo napo utashuhudia jambo jingine la kukera anapofiwa mtu. Bwana Sinangoa aliagizwa kuwa akitaka marika wa mwanawe wachimbe kaburi hilo, ni sharti alipe. Tena alipe walichokiita 'kitu cha maana'. Hata ingawa hela hizo huwa ni za idadi ya wizi wa hadharani, mfiwa hakuwa na hiari. Akazitoa.

Nao huwa ni wa bidii kweli. Baada ya saa kadhaa, kimo cha kaburi kilikuwa kimefikiliwa. Haya, hapo akaitwa tena Mzee Sinangoa na kuambiwa kuwa ili mwana wa ndani ichimbwe ingemgharimu hela. Nayo idadi yake ikawa kama ile ile ya kwanza. Kama ilivyo hali katika mazingira kama yale, bwana hakuwa na hiari akazitoa. Basi, pale mwana wa ndani ikachimbwa na kutengenezwa ilivyohitajika ikaisha.

Baada ya punde, akaarifiwa mzee mwenye boma kuwa yuatakiwa na wachimbaji hao. Kufika akaambiwa akague kazi na ahakikishe kuwa kazi yao imetimilika kulingana na matakwa yake. Kwa kurunzi, mzee alikaguakagua na akaona i sawa. Hata hivyo, kabla hajaondoka aliambiwa kuwa malipo yake ya kutoa kondoo wa kuchomwa kafara yalikuwa sasa yanatakikana. Kwa mara nyingine tena, mzee aliwatimizia haja hiyo. Kidogo Bwana Sinangoa alikuwa mtu wa nafasi yake na kuwatimizia haja zao hizo za kiwiziwizi. Hazikumtia matata.

Kwisha hilo, usiku wa manane kulifuata kule kuchinjwa fahali wawili mnamo jogoo la pili ili kwamba ifikapo alfajiri kazi hiyo iwe imekamilika. Nalo hilo lilitendwa na likawa.

Mchinjaji ndiye aliyekuwa wa kwanza kuwasili lakini wasaidizi wake walifika kuchelewa. Hata hivyo, kwa sababu ya kufanyisha kazi kwa hima waliitekeleza ngwe hiyo yao ilivyopangwa.

Nao hawa kwa upande wao hawakutofautiana sana na wenzao wachimba kaburi. Malipo yao yalikuwa ya kujilimbikizia mapande ya nyama. Kwanza kabisa, na kama ilivyo desturi ya wachinja nyama wote, zipo sehemu za ng'ombe aliyechinjwa ambazo huwa ni sharti mchinjaji azichukue. Hata ingawa sehemu hizo ndizo huwa chakula kizuri sana, ni lazima mchinjiwa ng'ombe akubali zichukuliwe. Wakati mwingine, hata hajui kuwa wamezizoa.

Lakini kwa vile wengi wa wafanyakazi hawa huwa wenye kiu kubwa, huvuka mipaka yao na wakaanza kuchukua mapande zaidi ya nyama. Asipokuwa mkali mchinjiwa, atapata kuwa hawa watu wameipunguza ile nyama kwa kiwango cha kusikitisha. Ili itekeleke vilivyo, ni sharti mwenye mali awe ni mtu mkali asiyevumilia mzaha.

Haya, ilipofika alfajiri, nao mabanati pamoja na akina mama wa kutekeleza kazi ya mapishi waliwasili. Wao walikuwa na majukumu ya kufika na vyombo vyote vilivyohitajika kwa kazi hiyo. Wapo waliowasili na sufuria kubwakubwa za kuchemshia wali na nyama na kuna wale waliohitajika kufika na vikombe vikubwa vikubwa, mabuli na sahani za watu kulia vyakula. Kila zana ya maakuli pale ilikuwa juu yao. Nao, kila mmoja wao, hawakutaka kusemwa kwa uzembe wao ama kutegea kazi wenzao. Ingawa walianza kazi zao mapema hiyo, hapakuwa na ruhusa ya yeyote kula kabla ya mazishi, mwiko! Hilo liliwawezesha kufanya yote kwa utulivu.

Ilipowasili saa nne hivi, watu wa kanisa pamoja na kwaya yao walifika tayari kuanza kazi yao. Nao, kama ilivyokuwa kawaida, walitengewa sehemu yao wakakaa kusubiri kuanza sherehe za maziko. Nao hawakungoja muda mrefu kwa kuwa mara sherehe zilianza.

Wanakijiji wengi huwa hawahudhurii hadi kaburi litakapokuwa tayari limefukiwa. Hapo utawaona wakiteremka na kufika kwa fujo. Wao huepukana na kazi ndogondogo za pale. Vilevile, hufika wakati huo wakijua tu kuwa maakuli yatakuwa tayari hivi punde. Na kweli, lilipofukiwa tu kaburi na kuwekwa maua uwanja ulianza kufurika kwa watu. Hata kulikuwapo majirani wengine waliofika na kilio cha kuomboleza cha kujifanya tu.

Basi, lilipokwisha ziko ndipo zilipoanza pambaja. Hasa wale waliokuwa wamewatolea wenzao maneno makalimakali na kujitia umbeya ndio waliokuwa wakiwapiga pambaja wale waliowadhania kuwa labda wamewakosea na kuwapa pole. Pole zisizo mwisho. Kwa kawaida, hiyo huwa ni hali tu ya kujituliza kwa kuwa samahani ya dhati hutamkwa.

Kulipokwisha kuhadaana, ilifika sehemu iliyokuwa inasubiriwa na wengi kwa hamu na ghamu, yaani kuandaliwa mlo hasa wa wali ama sima kwa nyama. Na ikumbukwe wazi kuwa sehemu ndiyo huwavutia wengi kufika matangani. Si kina yahe waliozoea kazi za kijungu meko, si wenyenavyo, si wenye kiu, wote hufika kwa minajili ya kujinufaisha kwa vya bwerere. Nao waandaa maakuli ya namna hii wakilielewa sana hilo.

Mara ikasikika mbiu ikitangaza vikundi vya watu na watakaa wapi. Wa awali kutajwa lilikuwa kanisa. Likapewa pahali palipokuwa pema zaidi kuliko kwingine kokote. Pili, walitajwa wakwe. Nao wakapewa pahala pao hata ingawa hapakuwa na yeyote wa kukaa pale. Wa mwisho kutajwa walikuwa majirani wa pale. Wao waliambiwa wakae pale uwanjani ili wapate kugawiwa chakula chao.

Hata hivyo, mipangilio hiyo haikufwatwa hasa na majirani. Walielewa wao kuwa chakula kizuri sana hupelekewa kanisa na halafu wakwe. Kwa hivyo, wale waliokuwa hawana adabu ya kutosha walijipenyeza katika sehemu hizo na kuwaacha wenzao wale visivyotamanisha sana.

Nao hao walioingiliwa jinsi hiyo walivumilia tu kwa kufanyaje. Hawakupenda wao kuonekana kwamba wanamzuia yeyote kula chakula tangani. Basi, wote walikula kinai ya mtu.

Ulipowadia wakati wa kuzoa makombo, ilitokea kwamba yale ya sima ya wimbi pamoja na ile ya dona ndiyo yalikuwa mengi ishara ya wazi kuwa kitoweo ndicho kilichokuwa nia kuu ya wingi wa walaji.

Hatimaye, kila aliyekinai akajiendea zake kimyakimya. Hapana la shukrani ama la ahsante. Hapo, ziko likawa limekuwa.

Kuweka tanga

Bwana Sinangoa na Bi Shukurani kuona kuwa sherehe hizo zimekwisha wakaazimia kuweka tanga. Nayo huwa kwamba afiwapo mtu naye ni mweza, hukata shauri kufanya sherehe ya majirani kuja kwake kuimba, kucheza ngoma na kufurahi kwa muda wa siku saba mfululizo. Labda hilo hufanywa ili kufukuzilia mbali simanzi iliyowamea wafiwa. Basi, hivyo ndivyo walivyofanya wavyele hao.

Sherehe nayo haikuhitaji matayarisho mengi. Vilevile, Bwana Sinangoa alikuwa bwana mwenye navyo. Na ng'ombe wanne, mbuzi sita pamoja na kondoo wanne ambao walihitajika hawakuwa mzigo kwake. Kwa hivyo, hakuwa na sababu ya kucheleweshea tafrija hiyo.

Keshoye sherehe zilianza. Wa kurauka walirauka kushughulikia mapishi nao wa kuimba walifika na ala zao. Hata kwaya za kanisa za vijana na watu wazima hazikuachwa nyuma.

Asubuhi nzima hiyo ilikuwa ni kucheza tu na kunywa. Kila aliyefika pale alikaribishwa kwa chochote kile kama ni chai kama ni mlo mwingineo na mara alijitoma ngomani na kucheza kwa furaha.

Nao wenyeji, Bwana Sinangoa na mkewe wakikaa barazani pamoja na wacheshi wao waliofika kuwafurahisha na kuwachangamsha. Wacheshi hao wakasikika wakiwapa maneno matamumatamu na ya kutia moyo. Mara mojamoja alisimama mmoja wa wafariji na kucheza ngoma huku akiwa amewakazia macho wenyeji wake mpaka aone tabasamu likienea nyusoni pao ndipo aketi chini. Ama atajitokeza mmoja na kufanya lolote lile la kuwatoa wafiwa fikra zao kwa ufu uliowakumba.

Mchana wa saa nane ulipofika, milango ya kijiji hicho cha Sumbawange ya chini ilianza kushindana kwa mambo mbalimbali yakiwa pamoja na densi, nyimbo, ngonjera, mashairi ya pale pale kwao na hata kwa michezo bubu. Hata hivyo, hapana lolote lililoendelea bila ya kuwepo wenyeji wenye boma.

Kwa muda wa siku sita nyingine, mtindo pale maskani

ulikuwa ni ule ule. Wa kudamka wadamke, wa kuchinja wachinje, wa mapishi wapike, walaji wale, wachezaji wacheze na hata waimbaji waimbe. Wote waliokaa janibu hiyo, hapana hata mmoja aliyepika kwake. Hata na watoto na vibarua walifika pale na walikula kinai yao. Na wala hakuna ambaye angewazuia. Hiyo ndiyo mila ati.

Mnamo siku ya saba na ya mwisho ya kuwekwa tanga, mambo pale kiamboni yalinoga kuliko siku zilizotangulia. Ng'ombe waliochinjwa kwa mlo ilibidi wawe ni wazuri wanono na wakubwa zaidi ya wowote waliokuwa wametumika hapo awali. Bendi maarufu sana katika eneo hilo ilifika kuwatumbuiza wenyeji na kila kilichofanywa siku hiyo kilikuwa ni bora zaidi ya vyote vilivyokuwa vimepitishwa mnamo siku zilizopita.

Ilipoanza kukaribia magharibi, waliohudhuria tamasha hiyo murua walianza kufumkana. Kila mtu alitoka pale kwa mawazo changamano ya huzuni na furaha.

Mwisho

Faharasa

kutahamaki:	kushtukia
kunisitiri:	kunifichia
mgandi kiluwa:	namna ya mti ambao hauzai tunda lolote
hamaki:	kasirika
buhusha magwanda:	mzigo wa nguo
yakawaangama:	yakawakwama
alipogura:	alipoondoka
ndarire:	methali
azma:	nia, lengo
siku za usoni:	siku zijazo
dhamiri:	nia
macho ya mangarizande:	macho yenye kuona mbali
ikafikililia:	ikafikia
ywapepesuka:	anakwenda kama mlevi, mgonjwa ama aliyechoka sana
maliwatoni:	sehemu ya choo maalumu ya kuogea
yawakerekete:	yawaume, yawasumbue
mitambo:	mashine
mahasada:	maadui
umeghafilika:	umekosa kumbuka, umesahau

kihawara:	hali yakukaa na mume au mke pasi na ndoa
kudura:	uwezo wake Mungu
alianguwa:	aliangua, alianza kwa ghafula
akalia kwa kwikwi:	akalia kwa pumzi za kurudurudi ndani
mamboye:	mambo yake
alizua:	alianzisha
katutelekee:	katuchemshie
msalani:	chooni
takriban:	karibu yote
mabezo:	maneno ya dharau
kutabawali:	kukojoa
uneni:	usemi
kimada:	mwanamke anayeishi na mwanamume ambaye hakumwoa
udhia:	usumbufu
ufyosi:	utani
kuduwalisha:	kuzubaisha
hedhi:	esi, damu imtokayo mwanamke kila mwezi
ushango:	utumbo
bilashi:	pasipo faida
kupwelewa:	kukaukiwa, kupotewa

hutongewa:	kuchongewa, tilia fitina
pawi:	pabaya
kukukimu:	kukutimizia mahitaji
yamejiri:	yametokea, yametendeka
nikahi:	harusi, arusi
hawajadirikana:	hawajajapata moyo wa kutenda
kukumaizi:	kukufahamu
ujavunda ungo:	ukija kuvunja ungo; ukija kupevuka; ukija kuwa mkubwa
akamwandalia:	akamwekea mezani
nta za siku:	siku zilizopita karibuni
wawi:	wabaya
ndururu:	hela tano
ukabananga:	ukaboronga, ukaharibu
ni radhi:	ninakubali
ashrafu:	ashirafu, tukufu
mia fi mia:	mara elfu
nyonda:	penzi
nimeghafilika:	nimesahau
kumbukumbu:	maono ya mambo yaliyotukia
imetakabaliwa:	kubali dua ama ombi (hutumiwa kwa Mwenyezi Mungu pekee)
nadhiri:	ahadi kuwa utafanya kadha wa kadha baada ya kupata kadha wa kadha

haoli:	haoni
akibokoka:	alitokwa na maneno
ghera:	moyo wa kufanya jambo kwa kuogopa
kuvitwaa:	kuvichukua
mashoga:	marafiki wake wa kike
alitupa macho:	aliangalia
sufi:	manyoya ya kondoo
ufanisi:	ustawi, fanaka
ufanifu:	hali ya kwamba jambo limefana
wastara:	wa stara; aliyestareheka, tajiri
umehimili:	umeshika mimba
khati:	hati, maandishi yalioandikwa kwenye karatasi
ghanima:	neema, ustawi
yatilifika:	yaangamia
nakusihi:	nakuomba
aliyadakia:	aliyarukia
mkanibeza:	mkanitusi, mkanipuuza
nikiwaghasi:	tafishi, udhi, sumbua
madhali:	maadamu, kwa kuwa
mkavu:	asiye haya; mkosa adabu
kat'tu:	katu, kamwe, hata kidogo
amepata salama:	amejifungua, amezaa
chaliani:	kutoka katika uzazi

utumba:	uchumba, hali ya kuwa katika maagano ya ndoa
siha:	afya, nguvu
kila uchao:	kila inapokuwa ni asubuhi
sharia:	sheria
mitungi yao shinda:	bila lolote la maana
nana:	jina la heshima analotajiwa mwanamke
fadhila:	ukarimu, wema
yakimlengalenga:	yakimkaribia kumtoka kwa wingi
msururu:	mlolongo, mstari mrefu wa watu au vitu
alilolichelea:	alilolihofu, aliloliogopa
simanzi:	majonzi, huzuni
bali:	ila, lakini
kuiasi:	kuipinga
tanzia:	habari ya kifo
hoi:	-enye kutojiweza; taabani
mahututi:	kukaribia kufa
lamwangaza:	lamtazama
kugugumiza:	kusema kwa kusitasita
muwele:	mgonjwa
fuata njia ya marahaba:	kufa, aga dunia

amedhulumiwa:	ametendewa, amefanyiwa mabaya
mafamba:	mambo yasiyokuwa mema
kuhinikiza:	kuenea
fadhaa:	wasiwasi, hangaiko la moyo
macho maenge:	macho yaliyolegea kuona
nashikamoo:	nashika maguu yako (jibu huwa "kuzinawe", hili hufaa zaidi kuliko shikamoo)
litakalojiri:	litakalotokea
akimsailisaili:	akimulizamuliza
ukelele wa ufu:	kelele za kilio cha kufa mtu
waliarifiwa:	walijulishwa
jitimai:	masikitiko, huruma
chambilecho:	walivyosema
faraja:	liwazo, utulivu wa moyo
ukatongea:	ukachongea, ukafitini
ambika:	sikiliza ukubali
utu:	ubinadamu
msi fikra:	mwenye fikra potovu/pungufu
kungwi:	mwalimu wa jandoni
likiza:	achisha
sumba:	kosa kuwa na utulivu
dharura:	jambo la kutokea kwa ghafla

weka tanga:	tayarisha shughuli za watu kula na kucheza baada ya marehemu kuzikwa; hasa huchukua siku saba kama mfiwa ana uwezo
walakini:	wasiwasi
faraja:	utulivu wa moyo
miaka na vikaka:	kwa muda mrefu sana
usononeke:	uingie machungu moyoni na kuwa dhaifu
kuja juu:	kukasirika, kuhamaki
hemko:	upandwaji na hasira ama hamu kubwa
kadari:	majaliwa, kudura
makiwa:	neno litumiwalokuwapa pole waliofiwa
utangamano:	umoja
simanzi:	huzuni, sikitiko, majonzi
fadhaika:	papatika, fazaika, kuwa na wasiwasi kuwatangamanisha; kuwafanya kuwa kitu kimoja
ambulia patupu:	kosa kupata kilichotarajiwa
uma ndole:	baki ukisikitika
piga pambaja:	kumbatia kuwa ni ishara ya pendo
mwana wa ndani (mwandani):	sehemu ya chini kabisa ya kaburi ambamo hulazwa jeneza

matakwa:	mahitaji
jogoo la pili:	saa kumi hivi kabla ya alfajiri
ngwe:	sehemu aliyopimiwa mtu kuwa ndio kipande chake cha kazi
kujilimbikizia:	kujiwekea
kwiu:	hamu ya kula nyama
majukumu:	wajibu
maziko:	shughuli zote kwa jumla zinazofanyiwa maiti mpaka azikwe
maakuli:	vyakula aina aina
kazi za kijungu meko:	kazi za kupata cha kula siku hiyo basi
bwerere:	bure
kinai:	kiasi cha kutosha; kula mpaka roho ikatae zaidi
makombo:	mabaki, hasa ya chakula
mweza:	mshirika
toma:	ingia kwa nguvu ama kwa ghafla
milango:	koo
michezo bubu:	namna ya kuigiza ambapo hapana maneno yanayotamkwa
janibu:	sehemu ya mji
noga:	kuwa zuri au tamu

www.ingramcontent.com/pod-product-compliance
Lightning Source LLC
LaVergne TN
LVHW092053060526
838201LV00047B/1364